எனக்குரிய இடம் எங்கே?

(வகுப்பறை - உறவுகளும் உரையாடல்களும்)

ச.மாடசாமி

ENAKKURIYA IDAM ENGE? (in Tamil)

S. Madasamy

First Published: November, 2018
Illustrations: Sri rasa

Published by

BHARATHI PUTHAKALAYAM

7, Elango Salai, Teynampet, Chennai - 600 018
Email: thamizhbooks@gmail.com / www.thamizhbooks.com

எனக்குரிய இடம் எங்கே?
ச. மாடசாமி

முதல் பதிப்பு: நவம்பர், 2018

வெளியீடு:

7, இளங்கோ சாலை, தேனாம்பேட்டை, சென்னை - 600 018
தொலைபேசி : 044-24332424, 24332924, 24356935

விற்பனை நிலையங்கள்

மதுரை: 37A, பெரியார் பேருந்து நிலையம் – 045 22324674
ஈரோடு: 39: 39 ஸ்டேட் பாங்க் சாலை – 9245448353
திண்டுக்கல்: பேருந்து நிலையம் – 9942331105, 9976053719
பழனி: பேருந்து நிலையம் அருகில் – 9442883696
திருப்பூர்: 447, அவினாசி சாலை – 9486105018
சேலம்: பாலம் 35, அத்வைத ஆஸ்ரமம் சாலை 0427 2335952
திருவல்லிக்கேணி: 48, தேரடி தெரு – 9444428358
வடபழனி: பேருந்து நிலையம் எதிரில் அடையார் ஆனந்தபவன் மாடியில் – 9444476967
பெரம்பூர்: 52, கூக்ஸ் ரோடு – 9444373716
திருவாரூர்: 35, நேதாஜி சாலை – 9442540543
சேலம்: 15, வித்யாலயா சாலை சாலை
திருநெல்வேலி: 25A, ராஜேந்திரநகர் – 9442149981
அருப்புக்கோட்டை: 31, அகமுடையார் மஹால் – 9994173551
மதுரை: சர்வோதயா மெயின்ரோடு
குன்னூர்: N.K.N வணிக வளாகம் பெட்போர்ட்
செங்கல்பட்டு: 1 D ஜி.எஸ்.டி சாலை – 044 27426964
விருதுநகர்: 131, கச்சேரி சாலை – 0456 2245300
கும்பகோணம்: 352, ரயில் நிலையம் எதிரில் – 9443995061
வேலூர்: பேஸ் III, சத்துவாச்சாரி – 9442553893
நெய்வேலி: பேருந்து நிலையம் அருகில், – 9443659147
தஞ்சாவூர்: காந்திஜி வணிக வளாகம் காந்திஜி சாலை – 9655542400
கோவை: 77, மசக்காளிபாளையம் ரோடு, பீளமேடு – 8903707294
திருச்சி: வெண்மணி இல்லம், கரூர் புறவழிச்சாலை – 9994289492
திருவண்ணாமலை: முத்தம்மாள் நகர்
நாகர்கோவில்: 699 கே.பி.ரோடு R.V. புரம் – 9443450111
சிதம்பரம்: 22A / 18B தேரடி கடைத் தெரு,
கீழவீதி அருகில் – 9994399347
கரூர்: நாரத கானசபா அருகில் (TNGEA OFFICE)– 9442706676

நினைத்த நூல்கள்... நினைத்த நேரத்தில்...

 ⓒ9444960935

ஓவியம்: *ஸ்ரீரசா*
ரூ.100/-
அச்சு: கணபதி எண்டர்பிரைசஸ், சென்னை - 600 002.

நன்றி...

'**எ**னக்குரிய இடம் எங்கே' - 2003 இல் பிறந்தது. பிறந்த சில ஆண்டுகளிலேயே 14 பதிப்புகளைக் கண்டது. வாசல் ரத்தின விஜயனின் உழைப்பும் ஈடுபாடும் உருவாக்கிய வேகம் அது.

ஓவியர் ஸ்ரீரசா வரைந்த ஓவியங்கள் புத்தகத்தின் நிற்காத ஓட்டத்துக்குக் கிடைத்த பெட்ரோல் போல! மாரீஸின் வடிவமைப்பு நூலின் மற்றொரு பலம்!

ஆர்வத்துடன் புத்தகத்தை வாங்கிக் கடந்த மூன்றாண்டுகளாக சூரியன் பதிப்பகம் பதிப்பித்து வந்தது.

இன்று 'எனக்குரிய இடம் எங்கே?' நூலை விருப்பத்துடன் என் நேசத்துக்குரிய பாரதி புத்தகலாயம் வெளியிடுகிறது.

ஒரு நாளும் புத்தகத்தைக் கீழே இறக்கி விடாமல் கையில் தூக்கிச் சுமந்த பதிப்பக நண்பர்களுக்கு என் நெஞ்சார்ந்த நன்றி.

பணி ஓய்வுக்குச் சில மாதங்களுக்கு முன் என் வாழ்வின் கடினமான காலம். சென்னையில் ஓய்வாக உட்கார்ந்து நூலை எழுத இடமும் ஏற்பாடும் செய்துதந்த மகள் சங்கீதா, நூல் எழுதிய காலத்தில் பக்கபலமாக இருந்து என் உணர்வுகளைப் பாதுகாத்த மனைவி லைலாதேவி, நூல், வெளி வந்ததும் உற்சாகமாக எதிர்வினையாற்றி என்னை ஊக்குவித்த மகன்கள் கார்த்தீபன், ரிஷிவந்தன் என என் குடும்பம் முழுக்கக் கூட இருந்த புத்தகம் இது.

நூல் வெளிவந்த புதிதில் செல்போன் பேச்சுகள் தொடங்கி இருக்கவில்லை. தினசரி நூல் பற்றிக் கடிதம் வரும். கல்வித் துறையில் இல்லாதவர் பலரும் வாசித்து விட்டுப் பாராட்டி எழுதினார்கள். அந்தக் கடிதங்களை இன்றும் பத்திரப்படுத்தி வைத்திருக்கிறேன். ஓய்வு கிடைக்கும் போதெல்லாம் எடுத்துப் படிக்கிறேன்.

எத்தனை புத்தகங்கள் எழுதினால் என்ன? எனக்குரிய இடம் எங்கே - என் ஜீவன்! அதைப் புரிந்து கொண்டவர்களுக்கும், மனப்பூர்வமாய்க் கொண்டாடியவர்களுக்கும் என்றென்றும் என் நன்றி!

8-9-2018   **ச. மாடசாமி**

வீதியில் கிடந்த கல்லும்
கண்டெடுத்த கைகளும்...

யோசனைகளுக்குப் பஞ்சமில்லை. தினசரி உதித்தபடி இருக்கின்றன. யோசனைகளின் வடிகாலாகப் பேச்சு இருக்கிறது. ஏமாளிக் காதுகள் கிடைத்துவிட்டால் நிற்காத பேச்சு! பேசிப் பேசியே பல யோசனை களைக் கரைத்தாயிற்று.

யோசனைகள் பேச்சைத் தாண்டிச் செயல்வடிவம் பெறுவது என்னைப் பொறுத்தவரை அபூர்வமாக இருக்கிறது. யோசனையைச் செயல்வடிவமாக்கும் போதுதான் தயக்கம், பதுங்கல் மனோபாவம், விட்டு விலகும் சன்னியாசத்தனம், முயற்சியைக் கைவிட நொண்டிச் சாக்கு தேடிப் பிடிக்கும் சாதுர்யம், மாற்றம் விரும்பாத செக்கு மாட்டுத் தினசரி வாழ்வின் மீது கொண்ட ரகசிய மோகம் - என உடன் வசிக்கும் பகையாளிகளின் முகங்கள் பூராவும் தெரிகின்றன. உள்ளுக்குள் இத்தனை பகையாளிகளா?

12-7-1971, பகல் 2.30 மணிக்கு என் முதல் வகுப்பறையில் நுழைந்தேன். சிறிய கல்லூரியின் மெலிந்த மாணவர் கூட்டம். கொஞ்ச காலம் பாம்புப் பிடாரன் வேலை. மயக்கப் பார்ப்பேன். அவர்கள் மயங்க மயங்க மனசு துள்ளும்.

மயக்குகிற காலத்தில், மயங்காமல் சுய உணர்வோடு நெளிகிற பாம்புகள் மீது கோபம் பொங்கும். வகுப்பறையில் நேசமும் கோபமும் கைகோர்த்துக் கிடக்கும்.

ஒரு கட்டத்தில் மயக்குவதை விட்டு விட்டு அவர்களை ரசிக்க ஆரம்பித்தேன். அன்றிலிருந்து என் ஆசிரியப் பணிக்கு அர்த்தமும், நோக்கமும் கிடைத்தன. கோபதாபங்களும் குறைந்தன. கூட்டணியும் மாறியது. நேசமும் அக்கறையும் இப்போது கைகோர்த்தன.

என் வகுப்பறை முயற்சிகள் யாருமே காணாமல் ஒரு மூலையில் நடந்து கொண்டிருந்தன. புத்தகம் ஆக்கும் யோசனை எழுந்து.. சரிந்து.. எழுந்து.. சரிந்து இறுதியில் நான் பணி ஓய்வு பெறுவதற்கு மூன்று மாதங்களுக்கு முன், 'எனக்குரிய இடம் எங்கே?' என்று அங்கலாய்த்து வெளிவந்தது.

புதுப்புது அனுபவங்களுக்காக மனசும் வாழ்க்கையும் காத்துக் கிடக்கின்றன. நிலைத்துத் தேங்கிவிட்ட பழைய வாழ்க்கையைப் புரிந்து கொள்ளவும் புதிய அனுபவங்கள் தேவையாக இருக்கின்றன.

நான் சந்தித்திராத பலர் 'எனக்குரிய இடம் எங்கே?' படித்து விட்டு நெகிழ்வான வார்த்தைகளில் உரையாடிய போது இந்த அங்கீகாரத்தைத் தாங்க முடியாமல் தவித்திருக்கிறேன்.

முந்தைய பதிப்புகளில் என்னோடு உரையாடிய சில நண்பர்களின் பெயரைக் குறிப்பிட்டிருந்தேன்.

உரையாடல்கள் இடையூறின்றித் தொடர்வதால் அந்த முயற்சியை இப்போது கைவிட்டிருக்கிறேன்.

உரையாடல்கள் நிற்கவில்லை என்பது நான் ஒளித்து மறைக்க விரும்பாத பெருமிதம்! எந்த முயற்சியும் அனாதையில்லை என்பது நான் பெற்ற ஞானம். சுவருக்குப் பொருத்தமான கல் வீதியிலேயே கிடக்காது; சில கண்கள் காணும்; சில கைகள் எடுக்கும் - என்பது எனக்குள் புகுந்த புது ரத்தம்.

* * *

"அய்யப்பராஜ் நீங்கள் தானே?" என்று பழகிய நண்பர்கள் பலர் கேட்கிறார்கள்.

அய்யப்பராஜ் நானல்ல; அய்யப்பராஜுக்குள் நானும் இருக்கிறேன்.

அய்யப்பராஜை முழுதாக விளங்கிக் கொள்ள, என் அடை யாளத்தை நீக்கிவிட வேண்டும்.

அய்யப்பராஜுக்குள் ஆசிரியர் பலர் இருக்கிறார்கள். மாணவ உறவில் ஏற்பட்ட மகிழ்ச்சிகள், விரிசல்கள் பற்றி என்னோடு பல சந்தர்ப்பங்களில் உரையாடிய ஆசிரியர் பலரை 'அய்யப்பராஜுக்குள்' கொண்டு போய்ச் சேர்த்திருக்கிறேன்.

ஆதிமூலமும் தனி ஆள் இல்லை. அவனும் ஒரு கலவைதான். பல காரணங்களுக்காக வகுப்பறையின் கவனத்தில் இருந்தும் பிரியத்தில் இருந்தும் விடுபட்ட - பல்லாயிரம் மாணவர்களின் கலவை!

* * *

ஆங்காரத்துடன் மாணவர்களை அடிப்பது; படிக்கும் மாணவிகள் மீது பாலியல் அத்துமீறல் புரிவது - என ஆசிரியர் சிலர் செய்யும் தவறுகள் பத்திரிகைகளில் வருகின்றன.

ஆசிரியர்கள் மீதான கோபங்கள் கூடி வருகின்றன.

கல்விக்கூடத்தின் ஒவ்வொரு தோல்விக்கும் ஆசிரியரையே குற்றஞ்சாட்டி விவாதங்கள் நடக்கின்றன.

ஆசிரியர்கள் படிப்பதில்லை; ஆசிரியர்களுக்கு மாணவர்கள் மீது அக்கறையில்லை; ஆசிரியர்கள் வகுப்பறைகளின் சர்வாதிகாரிகள் - எனக் குற்றச்சாட்டுகள் பொத்தாம் பொதுவாக இருக்கின்றன.

காய்கறிக் கடைக்குப் போய்த் தக்காளி விலை கேட்டு அவர்கிலோ நாற்பது ரூபாய் என்றால் 'என்னப்பா கொள்ளை அடிக்கிறீங்க!' என்று உடனடியாக அபிப்பிராயம் உதிர்ப்பதைப் போல, சிக்கல்களும் முடிச்சுகளும் நிறைந்த கல்விக்கூட விவாதங்களில் அபிப்பிராயம் உதிர்க்க முடியாது என்பது என் கருத்து.

ஆசிரியர்கள் குறித்த ஆதங்கங்களை, வருத்தங்களை, கோபங்களை, ஆசிரியர்கள் மத்தியில் ஆசிரியர்களுடன் பகிர்ந்து கொள்ள வேண்டும் என விரும்புகிறவன் நான்; அத்தகைய பகிர்வுகளின் மீது நம்பிக்கை உள்ளவன் நான்.

முதலில் தொழிற்சங்கம் - பிறகு அறிவொளி - அடுத்து பல்கலைக்கழகப் பொறுப்பு - தற்போது மனித உரிமைக் கல்விப் பயிற்சி - எனப் பல தளங்களில் 25 ஆண்டுகளுக்கும் மேலாக ஆசிரியர்களைச் சந்தித்து வருகிறேன்.

சமீப காலச் சந்திப்புகளில் ஆசிரியர்கள் மீதான குற்றச்சாட்டுகளை மையப்படுத்தியே விவாதங்கள் நடத்தி வருகிறேன்.

எதிர்வினைகள் பலவிதமாக இருக்கின்றன. சிலர் புரிந்து கொள்கிறார்கள்; சிலர் ஒப்புக் கொள்கிறார்கள். சிலர் நின்ற இடத்திலேயே பிடிவாதமாக நிற்கிறார்கள்.

விவாதத்தின் வெற்றி தோல்வியல்ல இங்கு முக்கியம்; விவாதம் நடக்கிறது என்பதுவே முக்கியம். வேறு எந்த அரங்கிலும் - எவர் மத்தியிலும் ஆசிரியர்கள் மத்தியில் நடத்த முடிவதைப் போன்றதொரு சுயவிமர்சன விவாதத்தை நடத்த முடியுமா என்பதில் எனக்குச் சந்தேகம் இருக்கிறது.

குறிப்பாக, இளந்தலைமுறை ஆசிரியர்கள் மிகுந்த நம்பிக்கைக் குரியவர்களாகத் தென்படுகிறார்கள். "டீச்சர், மிஸ், மேடம் என்றெல்லாம் அழைக்காமல் கல்பனா என்ற என்பெயரைச்சுருக்கி கல்பீ! கல்பீ!' என்று என்னை அழைக்க என் மாணவர்களை நான் அனுமதித்திருக்கிறேன். இது எனக்குப் பிடித்திருக்கிறது" என ஒரு விவாதத்தின் போது பகிர்ந்து கொண்ட புதிய தலைமுறை ஆசிரியையை இந்தச் சந்தர்ப்பத்தில் நினைவு கூர்கிறேன். ஆசிரியர்களின் செயல்பாட்டின் மீது கொண்ட ஆதங்கமும், மறுபுறம் அவர்கள் மீது வைத்த நம்பிக்கையும் இந்நூலில் கலந்து கிடக்கின்றன.

* * *

கிஜூபாய் (குஜராத்) எழுதிய பகல்கனவு, ஸ்பென்சர் ஜான்சனின் *"Who Moved my Cheese?"* ஆகிய இரு நூல்களின் சிறு தாக்கங்கள் இந்நூலில் உண்டு.

கல்வி குறித்து பாலோ பிரேயர் (பிரேசில்) எழுப்பியிருக்கும் விவாதங்களும் இந்நூலுக்குள் இறங்கியிருக்கின்றன.

கிஜூபாய், மரியா மாண்டிசோரி இருவரும் கல்வித்துறைக்கு வழங்கிய பங்களிப்பு எப்போதும் பிரமிப்பு அளிக்கிறது.

ஒரு நாலாங்கிளாஸ் வகுப்பறையில், ஒவ்வொரு நாளும் ஒரு புது முயற்சியோடு உயிர் ததும்பச் செய்தவர் கிஜூபாய். அந்தச் சிறிய வகுப்பறையில் மாணவர்களை வைத்தே அவர் ஒரு நூலகத்தை உருவாக்கிக் காட்டிய விதம், இதெல்லாம் நடக்கக்கூடியது தானா என்ற ஆச்சரியத்தையும், இது இத்தனை சுலபமா என்ற தெம்பையும் ஒரு சேரத் தருகிறது.

"கல்வி ஆசிரியரிடம் இருந்து அல்ல; குழந்தையிடம் இருந்தே தொடங்குகிறது" என்று வலியுறுத்தி, தலையால் நடந்து கொண்டிருந்த வகுப்பறைகள் கால்களால் நடப்பதற்குத் தளம் அமைத்தவர் மாண்டிசோரி.

இவர்கள் இருவரும் ஆசிரியர்கள் அல்லர். கிஜூபாய் வழக்கறிஞர்; மாண்டிசோரி மருத்துவர்.

வகுப்பறையின் வெற்றிக்கு ஆசிரியர்கள் மட்டும் போதாது என்ற உண்மையை நாம் நேர்மையுடன் ஒப்புக்கொள்ள வேண்டும். ஆசிரியர் அல்லாதோரின் பங்கேற்பு மிகக் குறைந்த அளவிலாவது, வகுப்பறையோடு பிரக்ஞைப் பூர்வமாக இணைக்கப்பட வேண்டும்.

இந்த உண்மையின் நிழலாக, 'மாணவர் வெற்றி பெற வகுப்பறை மட்டும் போதாது' என்ற இன்னொரு உண்மையும் தொடர்கிறது. அவ்வப்போது ஆசிரியரும் மாணவரும் வகுப்பறையில் இருந்து விலகி *(Deschooling)* சந்திப்பின் தளங்களை மாற்றுவது கட்டிபட்ட வகுப்பறையைக் கரைக்கும். அச்சந்திப்பு, ஆசிரியர் மாணவரையும், மாணவர் ஆசிரியரையும் புரிந்து கொள்ள உதவும். ஒழுக்கு வீட்டுக்குள் வந்த வெள்ளம் போல, வகுப்பறைக்குள் நிரம்பிக் கிடக்கும் - 'முடியாது மனோபாவம்'- வடிந்து போகவும் வழிவகுக்கும். மிக முக்கியமாக, இந்த விலகலின் மூலம் வகுப்பறையின் "தினசரித் தன்மைகள்" தின்று தீர்க்கும் இளந்தலைமுறையின் கற்பனா சக்தியைக் காக்க முடியும்.

சுவரும், சன்னலும், கரும்பலகையும், பெஞ்சுகளும், மணியோசையுமாய்ச் சலித்துப் போன வகுப்பறை அடையாளங்களை நீக்கி இது 'கல்வி கலாச்சார மையம்' என்ற குதூகலமான புரிதலை எனக்கு வழங்கியது அறிவொளி இயக்கம்.

நிபுணர்களின் கருத்துரைகளை விடவும் கூட, அறிவொளி மையத்தின் சிறு சிறு நிகழ்வுகள் எனக்குள் விரித்த வெளிச்சம் ரொம்ப அதிகம்.

(ஒன்பதாம் பதிப்பின் போது எழுதப்பட்ட முன்னுரை)

மதுரை - 3

12-7-2010   **ச. மாடசாமி**

உள்ளே..

வகுப்பறை

மழைக்காலம்.
வகுப்பறைக்குள்
அரையிருட்டாக இருந்தது.
இருப்பினும் பாடம் தொடர்ந்தது.
ஆசிரியர் போட்ட
ஆகவே.. ஆகவே.. யும்
தொடர்ந்தது.
கண்களைப் போலவே காதுகளும்
இருட்டில் கிடந்தன.

வகுப்பறை.. வகுப்பறை.. வகுப்பறை... வகுப்பறை...

1

கடைசி மணி வகுப்பு. தமிழுக்குத்தான் இதை ஒதுக்கி விடுகிறார்கள்.

அய்யப்பராஜ் பெரியபுராணம் நடத்திக் கொண்டிருந்தார். 'ஆகவே' என்ற வார்த்தை அடிக்கடி அவர் உரையில் வந்து விழுந்தது.

மழைக்காலம். இருட்டிக் கொண்டு வந்தது. வகுப்பறைக்குள்ளும் அரையிருட்டாக இருந்தது. இருப்பினும் பாடம் தொடர்ந்தது. ஆகவே.. ஆகவேயும் தொடர்ந்தது. கண்களைப் போலவே காதுகளும் இருட்டில் கிடந்தன.

வகுப்பு தொடங்கியதில் இருந்து ஆதிமூலத்தின் போக்கு ஆசிரியரைச் சிரமப்படுத்தி வந்தது. அவன் சன்னல் ஓரத்தில் அமர்ந்திருந்தான். அடிக்கடி வகுப்பைப் புறக்கணித்துச் சன்னல் பக்கமே பார்த்தான்.

அந்தக் கல்லூரியின் முன்னாள் முதல்வர்களில் ஒருவர் பிரச்சினையைச் சமாளிக்க ஒரு சுலபமான வழியைச் சொல்லித் தந்திருந்தார். "எவன் குசும்பு பண்றான்னு தெரியுதோ அவனையே ஏன் சும்மா பாக்குறீங்க? பார்வைய அவன் பக்கம் கொண்டு போகாதீங்க! *ignore* பண்ணுங்க" என்பார்.

"*ignore* பண்ணக்கூடாது. பிரச்சினையைச் சந்திக்கணும்" என்பார் அடுத்து வந்த முதல்வர்.

அய்யப்பராஜ் இப்படியெல்லாம் பிரச்சினையைப் பகுத்துப் பார்க்கக் கூடியவரில்லை. பார்க்கக் கூடிய வயதும் அவருக்கு இல்லை. இன்னும் நாற்பதைத் தொடாதவர். தடாலடியாகக் காரியத்தில் இறங்குவார். "தமிழ் வாத்தியார் என்ன இளிச்சவாயன்னு நெனச்சியா?" என்று கண்கள் சிவக்க உறும ஆரம்பித்தால், வகுப்பறை மிரண்டு போகும்.

சில தகாத வார்த்தைகளையும் கோபத்தின் உச்சியில் பேசக் கூடியவர்தான். ஆனால் இப்போது வார்த்தைகளில் கொஞ்சம் கவனமாக இருக்கிறார். இரண்டாண்டுகளுக்கு முன், கல்லூரி, இருபாலர் பயிலும் (Co-education) கல்லூரி ஆனது. தன் உரைக்கு இடையில் 'ஆதிமூலம்!' என்று எச்சரிக்கைக் குரல் விடுத்தார் ஆசிரியர். பிறகு தொடர்ந்தார்.

ஐந்து நிமிடம் கழித்துத் தன் எச்சரிக்கை பலித்ததா? எனத் தெரிந்து கொள்ள மீண்டும் ஆதிமூலத்தைப் பார்த்தார். அவன் சன்னலைப் பார்த்துக் கொண்டுதான் இருந்தான்.

இந்த முறை "ஏ ஏய்!" என்று அவன் பக்கம் சுட்டுவிரலை நீட்டிக் கர்ஜனை செய்தார். பிறகு ஒரு யோகியைப் போலப் பாடத்தைத் தொடர்ந்தார்.

அடுத்த இரண்டு நிமிடங்களிலேயே அவனை மீண்டும் பார்த்தார். முறைத்தார். பக்கத்தில் இருந்தவனிடம் குனிந்து எதையோ சொல்லிச் சிரித்துக் கொண்டிருந்தான் ஆதிமூலம் - சாபம் வழங்கும் நேரம் வந்தது தெரியாமல்! 'எந்திரி!' என்றார் ஆசிரியர். அவன் அசட்டையாக எழுந்தான். திட்டமிடாமலேயே அடுத்த நடவடிக்கை தொடர்ந்தது. 'வெளியே போ!' என்றார்.

இந்த மாதிரி நேரங்களில்.. வெளியே போக மாணவன் பயந்து தயங்கினாலும், பரிதாபமாகப் பார்த்தாலும் ஆசிரியர்கள் சமாதானம் ஆகி 'உக்காரு!' என்று சாபவிமோசனம் கொடுத்து விடுவதுண்டு.

ஆதிமூலம் இதில் எதுவும் செய்யவில்லை. சாவதானமாக வெளியேறினான். வெளியேற்றத்துக்குக் காத்திருந்தவன் போலத்

தோன்றினான். வெளியே போனவன், வராண்டாவில் நடக்கும்போது, இரு சுட்டுவிரல்களுக்கிடையே நோட்டை வைத்துச் சுழற்றிக் கொண்டே போனான்.

இந்தக் காட்சியையும் ஆசிரியர் கண்கள் பார்த்து விட்டன. *ignore* பண்ணு' என்று சொன்னவர் ஞானிதான்.

'உருப்படாத கழுதை' என்று முணுமுணுத்துச் சாபத்தை முடித்தார் ஆசிரியர். அப்புறம் பெரியபுராணத்துக்குள் அவரால் போகமுடியவில்லை.

வாரத்துக்கு ஒரு முறை ஏதாவது ஒரு வகுப்பில் இப்படி நடந்து விடுகிறது. துறையின் அறைக்குள் வந்து விழுந்தபோது ஆசிரியரின் முகம்வாடி, மனம் கசந்திருந்தது.

அப்போதுதான் பௌதிகத் துறைத் தலைவர் நடராஜன் அவரைப் பார்க்க வந்தார்.

பொருத்தமான
பொறுப்புகள்
கிடைத்துவிட்டால்
மனிதர்கள் விசுவ ரூபம்
எடுத்து விடுகிறார்கள்.

2

நடராஜனுக்கு ஒடுங்கிய சுபாவம். எதிலும் முன்னால் நிற்க மாட்டார். மேடைப்பேச்சு, அதட்டல், உருட்டல், வெடிச்சிரிப்பு இதெல்லாம் கிடையாது.

கல்லூரிக்குப் பூப்போல வந்து பூப்போலத் திரும்பிப்போகக் கூடியவர். எந்நேரமும் அவரைச் சுற்றி வாசனை இருக்கும். இன்றைக்கு நடராஜன் வேர்த்து விறுவிறுத்து அலைகிறார். ஒவ்வொரு துறையின் அறையாக நுழைந்து திரும்புகிறார். 'சரியாக நாலரைக்கு வந்திருங்க' என்று அழைக்கிறார். திரும்புகையில், இளம் ஆசிரியர்களின் தோளைத்தொட்டு 'வாங்க' என்கிறார். தோழமையுள்ள ஸ்பரிசம். இளம் ஆசிரியர்கள் நெகிழ்கிறார்கள்.

விழா அறைக்குள் நுழைந்து 'மைக் ரெடியா?' என்கிறார். ஹாஸ்டலுக்குப் போன் செய்து 'டிபன் ரெடியா?' என்று விசாரிக்கிறார்.

விழா அறை வாசலில் கோலம் போட்ட மாணவிகளை, 'பிரமாதம்மா! ஏ ஓன்!' என்று பாராட்டி அனுப்பி வைக்கிறார்.

விழா அறைக்குள் மீண்டும் நுழைந்து, சற்று ஒழுங்கு குலைந்து கிடக்கும் சேர், டேபிள்களை, இப்படி அப்படி அசைத்து ஒழுங்கு படுத்துகிறார்.

சிரித்த முகம் மாறாமல் நூறு காரியங்களைச் செய்கிறார் நடராஜன். பொருத்தமான பொறுப்புகள் கிடைத்துவிட்டால் மனிதர்கள் விசுவரூபம் எடுத்து விடுகிறார்கள்!

கணிதப் பேராசிரியர் வெங்கடேசனுக்கு இன்று விழா. அவர் இன்று பணி ஓய்வு பெறுகிறார். அது ஒரு தனியார் கல்லூரி. ஆரம்பித்து 25 ஆண்டுகள் ஆகின்றன. இது மூன்றாவது பணி ஓய்வு.

இதற்குமுன் இருவர் ஓய்வு பெற்றிருக்கிறார்கள். அவர்களுக் கெல்லாம் விழா இல்லை. கல்லூரிக்குள் எத்தனையோ மனஸ்தாபங்கள்!

இந்த விழாவுக்கும் கூட இருவர் பணம் கொடுக்கவில்லை. ஒரு சிலர் முணுமுணுக்கிறார்கள். விழா நடத்தும் பொறுப்பு நடராஜனுக்கு. எண்ணெய்க் கையில் கண்ணாடிப் பாத்திரத்தை எடுத்தவர்போல வார்த்தையிலும் செயலிலும் மிகக் கவனமாக இருக்கிறார்.

கல்லூரி முதல்வர், ரகசியங்களைத் துருவும் ஆசாமி. 'அவரு ஏதாவது சொன்னாரா?' 'அவரு மாட்டேன்னு சொல்லீருப்பாரே!' என்று அடிக்கடி நடராஜனைக் கூப்பிட்டு ஒவ்வொருவரைப் பற்றியும் விசாரிப்பார். நடராஜன் பிடி கொடுக்கமாட்டார். பதில் பேசாமலே, சிரித்த முகத்தோடு முதல்வரின் அவநம்பிக்கைகளைக் களை எடுத்துத் தூர எறிந்து விடுவார்.

இந்தச் சிரித்த முகம்தான் நடராஜனின் பலம். துறையில் அவருக்கு அடுத்து இருக்கிற டேனியல் பலே திறமைசாலி. கல்லூரியில் முதலில் பிஎச்.டி. முடித்தவர். திறமையால் வகுப்பறையில் மாணவர்களை அப்படி வசீகரிப்பார். பிறகு, ஒரு கோபத்தால் நெருங்கி வந்தவர்களை எல்லாம் துரத்தி விடுவார். பலூனை ஊதிப் பின் உடைப்பது போல!

சிரித்தமுகம் ஆமை வேகத்தில் செயல்பட்டாலும், எல்லோரையும் ஒன்று சேர்த்துவிடுகிறது. விழா அறை நிரம்பிக் கிடப்பது இதற்கு உதாரணம்.

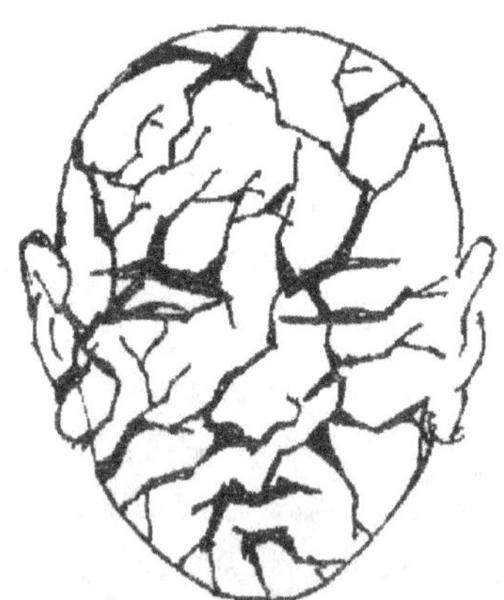

எத்தனை திறமை இருந்தால் என்ன? ஒரு முன்கோபம் போதும்- வகுப்பறையின் முகத்தில் கீறலை உண்டு பண்ண.

ஓய்வு பெறப் போகும் பேராசிரியர் வெங்கடேசன் முழு வெள்ளையில் வந்திருந்தார். வெங்கடேசனுக்குக் கல்லூரியில் அலாதி மரியாதை. மாணவர்களிடம் அவருக்குப் பட்டப்பெயர் கிடையாது.

அலட்டல் இல்லாதவர். வகுப்பறைக்குள் நுழைந்தால் அந்தப் பக்கம் இந்தப் பக்கம் பார்க்கமாட்டார். மாணவர்கள் எழுந்தார்களா உட்கார்ந்தார்களா என்று கவனிக்க மாட்டார். நேராக, போர்டுக்குப் போவார். ஒரு கணக்கு எழுதிப் போடுவார். 'do this sum' என்பார். இங்கும் அங்கும் நடப்பார். கணக்கைச் செய்து முடித்தவர் யார் செய்யாதவர் யார் என்று பரிசோதிக்கமாட்டார். ஒவ்வொருவராய் உறுத்துப் பார்ப்பது கிடையாது. 20 நிமிடம் கழித்து அவரே கணக்கு முழுவதையும் எழுதிப்போடுவார். எழுதும்போது பேசுவதுண்டு. ஆனால் ரொம்ப அளவாக! மறுபடி இன்னொரு கணக்கு. 'do this sum'

பரீட்சைப் பேப்பரைக் கொடுக்கும் போது ஒரு வார்த்தை பேச மாட்டார். சைபரைத் திட்டமாட்டார். நூற்றுக்கு நூறைப் பாராட்ட மாட்டார். ஒரு சலனம் இல்லாமல் பேப்பரைக் கொடுப்பார். குடும்பம், சமூகம் என்று எதிலிருந்தாவது உபதேசத்தைத் தொடங்க மாட்டார். அனாவசியத் தலையீட்டால் மாணவர் எவர் நெஞ்சிலும் அவர் முள்ளைச் செருகியதில்லை.

வெங்கடேசனைப் பற்றிக் கேட்டால் 'பக்கா ஜென்டில்மேன்' என்றுதான் யாரும் சொல்வார்கள்.

அமைதியானவர். கூடிச் சேர்ந்திருக்கும்போது கலகலப்பையும் மகிழ்ச்சியையும் உண்டாக்கக் கூடியவர் அல்லர் அவர். ஆனால், பிரிந்திருக்கும்போது வருத்தத்தையும் நெகிழ்ச்சியையும் தரக்கூடியவர் வெங்டேசன்.

ஆரவாரம் ஜாஸ்தியாகவும், அர்த்தம் கம்மியாகவும் இருப்பது தான்விழாக்களின்மரபு. விழாவில் பேசவந்தவர்கள் வெங்கடேசனின் பெருமைகளைச் சொல்லும் போதெல்லாம் கைதட்டல் எழுந்தது.

பிரிவுபச்சார விழா என்றாலே பழைய நினைவுகளை லயித்து, லயித்து மெல்லுவதும் தப்பாமல் நடக்கும். சீனியர் ஒருவர் பேசும்போது, கல்லூரிக்கு வந்த புதிதில் காபி 30 பைசாவுக்கும், சாப்பாடு ஒரு ரூபாய்க்கும் அந்த ஊரில் கிடைத்ததைச் சொல்லிப் பூரித்தார்.

விழாவின் அர்த்தத்தைப் புரிய வைக்கக் கடைசிப் பேச்சாளராகச் சந்திரன் வந்தார்.

சந்திரன் ஆங்கிலத்துறை ஆசிரியர். இப்படிப்பட்டவர் என்று எளிதில் அனுமானிக்க முடியாதவர் அவர். இளைஞர் என்றும் சொல்லமுடியாது. வயதானவர் என்றும் சொல்லமுடியாது. விவரமான ஆள் என்ற பெருமையும் அவருக்கு உண்டு. 'விவகாரமான ஆள்' என்ற பயமும் அவர் மீது உண்டு.

இன்று மாலை கூட, அய்யப்பராஜின் சுருங்கிய முகத்தைச் சந்திரன்தான் தேய்த்துச் சுருக்கம் எடுத்தார். "அட, போய்யா! வகுப்பறை என்ன நீங்க முதல்போட்டு நடத்துற பெட்டிக்கடையா? நீங்க நெனக்கிற படியே அதுவும் இருக்க! நீங்க போற வழியிலேயே மாணவர்களும் கண்ணக் கட்டிக்கிட்டு வரணுமா? அப்புறம்... பையன் சிரிக்கிறது, வெளிய பாக்கிறது எல்லாத்தையும் உங்களுக்கு எதிரான விசயமா ஏன் கற்பனை பண்ணிக்கிறீங்க? அவனைத் தண்டிக்கிறதா நெனச்சு உங்களத் தான் தண்டிச்சுக்கிறீங்க! கேட்டா 'ஒழுக்கம்'னு பேச ஆரம்பிச்சுருவீங்க! வகுப்பறைங்கிறதே ஒரு கூட்டு முயற்சி சார்! கூட்டு முயற்சிதான் அடிப்படை தர்மம். அடிப்படை ஒழுக்கம். அது இல்லாட்டி, நூறு கொசு பறக்கும். கொசுவ விரட்ட கையத் தட்டிக்கிட்டே இருக்க வேண்டியது தான்!"

சந்திரன், சொத்தைப் பல்லைப் பிடுங்குவதில் மன்னர்தான்! ஆனால் வலிக்கிற மாதிரி, வெடுக்கெனப் பிடுங்குகிறார்.

கூர்மையான விமர்சகர் என்பதால் அவரோடு கருத்துப் பரிமாற்றம் செய்வோர் கல்லூரியில் கம்மி.

ஆனால் வகுப்பறையில் எப்போதும் அவர் கொடி பறப்பதுண்டு.

வகுப்பறை என்பது கூட்டு முயற்சி!
ஒரு 'கூட்டிசை'.
கூட்டிசை கேட்காத இடங்களில்
கொசுக்களின் ரீங்காரம் தலை
தூக்கும்!
கூடவே – கொசுவை விரட்டும்
கைதட்டல் ஒசையும்.

3

தொடக்கத்திலேயே பிரிவுபச்சார விழாவின் வழக்கமான பாதையில் இருந்து சந்திரனின் பேச்சு விலகிவிட்டது.

"சத்தமும் வெளிச்சமும் மட்டும் விழா என்று நினைக்கிறவன் இல்லை நான். என்னைப் பொறுத்தவரை கொஞ்சம் விஷயமும் இருக்க வேண்டும்.

இது நம் கல்லூரியின் முதல் பணி ஓய்வு விழா. ஓய்வு பெறும் பேராசிரியரை நாம் மனமார வாழ்த்துவோம். அதே நேரம், நம் பணியைமதிப்பீடு செய்யவும்இத்தருணத்தைப்பயன்படுத்துவோம்.

கலெக்டர் ஆபீசில் எனக்கு ஒருத்தரை நெருக்கமாகத் தெரியும். அவர்தன் பிள்ளைகளைத் தொட்ட நேரத்தை விட, டைப்ரைட்டரைத் தொட்ட நேரம்தான் அதிகம் இருக்கும். இவரைப் போலப் பலர் இருக்கிறார்கள். மனிதர்களோடு வாழும் நேரத்தைவிடப் பைல்களோடு வாழும் நேரம்தான் கூட இருக்கும்.

ஆனால், நம் பணி அனுபவங்களில் இருந்து ஒரு பிடி மண்ணெடுத்துப் பாருங்கள். அதில், ஜீவன் துள்ளுகிறது.

வெற்றி- தோல்வி
மனஸ்தாபம் - நட்பு
எழுச்சி - வீழ்ச்சி
எல்லாம் கலந்த
ஒரு ஜீவனுள்ள
சந்திப்பு
வகுப்பறை

அந்த ஜீவனை நம் பணிக்குத் தந்தது எது?
வகுப்பறை! வகுப்பறைதான்!
அதுதான் நமக்குப் பிரச்சினை!
அதுதான் நமக்குச் சந்தோஷம்!

வெற்றி, தோல்வி, மனஸ்தாபம், நட்பு, எழுச்சி, வீழ்ச்சி எல்லாம் கலந்த ஒரு ஜீவனுள்ள சந்திப்பு - வகுப்பறை !

கற்பவரும், கற்றுத் தருபவரும் ஒரு சேர வளருமிடம்! ஆனால், வளர்ச்சி இயற்கையாக நடக்காது.

வளர்கிறோமா, வளர்க்கிறோமா என்ற சுயவிமர்சனக் கேள்விகள் அடிக்கடி எழுந்தால் நிச்சயம் வளர்ச்சி இருக்கும்.

முதலாண்டு சேர்ந்தது மாதிரியே. எந்த மாற்றமும் இல்லாமல் மூன்றாவது ஆண்டில் வெளியேறும் மாணவர்களையும் பார்த்திருக்கிறோம். வேலையில் சேர்ந்தபோது இருந்தது போல எவ்வித வளர்ச்சியும் இல்லாமல் முப்பதாண்டு கழித்து வெளியேறும் ஆசிரியர் களையும் பார்த்திருக்கிறோம்.

நம்முடைய பணியில் எத்தனையோ மனக்குறைகள் நமக்கு உண்டு. எவ்வித அதிகாரமும் இல்லாத வேலை! வீட்டுக்கு வந்தாலும் தொடரும் வேலை! பெரிய கல்லூரிகளில் கூட ஆசிரியர்களுக்கான அடிப்படை வசதிகள் கிடையாது.

எவ்வளவோ இல்லை. ஆனால் நம்மிடம் வகுப்பறை இருக்கிறது. அங்கு நம் நரைத்த முடியையும் கறுப்பாக்கக்கூடிய துடிப்பான இளம் சந்ததியோடு உரையாட ஒரு வாய்ப்பு! இளம் சந்ததிக்கு வடிவம் கொடுத்து உருவாக்க ஒரு வாய்ப்பு!

இது என்ன சாதாரண வாய்ப்பா? உருவாக்குவது என்றால் லேசான காரியமா? பணிகளில் உயர்ந்த பணி அது. படைப்புக்கு இணையான பணி.

அதைப் போகிற போக்கில் முயற்சியும் அக்கறையும் இல்லாமல் செய்துவிட முடியாது.

ஓர் ஆசிரியருக்கு நூறுமுகம் வேண்டும்; ஒரு வகுப்பறைக்கு நூற்றுக்கணக்காய்க் கண்கள் வேண்டும்.

அப்போதுதான் வகுப்பறைக்குள் இருக்கும் ஒவ்வொரு மாணவனையும் பார்க்க முடியும். ஒவ்வொரு மாணவனிடமும் இதுவரை 'நாம் பார்க்காத முகங்களையும்' பார்க்க முடியும்.

ஒரு மாணவனும் விடுபட்டுப் போகக்கூடாது.

விடுபடுவது தனிமனிதத் துயரம் மட்டுமா? அது - கல்விக்கூட நஷ்டம்!

'இந்த நேரத்தில் எதற்கு வகுப்பறை ஆராய்ச்சி?' என்று நீங்கள் நினைப்பீர்கள். இது ஆராய்ச்சி அல்ல. இது ஸ்டாக் எடுக்கும் வேலை; புதுப்பிக்கும் வேலை.

ஓய்வு என்பது கூட ஒரு விதத்தில் புதுப்பித்தல் தான். (வெங்கடேசன் பக்கம் திரும்பி) நமக்கு ஓய்வு ஏது சார்? எனக்குத் தெரிய, பல ஆசிரியர்கள் ஓய்வுக்குப் பிறகு அருமையான புத்தகங்கள் எழுதி இருக்கிறார்கள். ஓய்வுக்குப் பிறகு கிடைக்கும் 'சுதந்திரம்' பென்ஷன் பணத்தை விடப் பெரிய பொக்கிஷம்!

பேராசிரியர் வெங்கடேசனிடம் நான் அதிகம் பேசியதில்லை. ஆனால் அளவு கடந்த மதிப்பு வைத்திருக்கிறேன்.

ஒரு சராசரி ஆசிரியர் அல்லர் அவர். பரபரப்பு, கவலை போன்ற உணர்வுகளை இத்தனை ஆண்டில் நான் அவர் முகத்தில் பார்த்ததே இல்லை.

நிதானம், பொறுமை, மனிதத் தன்மை ஆகிய பண்புகளில் பேராசிரியர் வெங்கடேசனை மிஞ்சக் கூடியவர் யாருமில்லை. இவர் சர்வீசில் ஒரு மாணவரைக்கூட இவர் திட்டியதில்லை என்று கேள்விப்படும்போது பிரமிக்காமல் இருக்கமுடியவில்லை.

வாட்ச்மேன் முனியப்பன் இறந்தபோது, அவர் குடும்ப நிதிக்கு ஐம்பது ரூபாய் கொடுத்தேன். நம்மில் பெரும்பாலோர்க்கு அவ்வளவு தான் முடிந்தது. பேராசிரியர் வெங்கடேசன் தந்தது ஆயிரம் ரூபாய் என்று தெரிந்தபோது அதிர்ந்தேன். சத்தமில்லாத ஒரு கடல் மாதிரி பேராசிரியர் எனக்குக் காட்சி அளிக்கிறார்.

இவர் உண்மையான மனிதர். அன்புக்கும் பாராட்டுக்கும் தகுதியானவர் இவர்.

அதேநேரம், பேராசிரியர் அனுமதித்தால் அவர் தொடர்பாக எனக்கு இருக்கும் ஒரு சிறு மனக்குறையையும் சொல்லலாம் என்று நினைக்கிறேன்"

பேச்சை நிறுத்தி வெங்கடேசன் முகத்தைச் சந்திரன் பார்க்கிறார். "ம்! சொல்லுங்கள்!" என்று சொல்லி, வெங்கடேசன் கை குவிக்கிறார். சந்திரன் தொடர்கிறார். அறையில் இருந்தவர்கள் கண்களில் ஆர்வம். படபடப்பு.

"வகுப்பறையோடு நீங்கள் வைத்திருந்த தொடர்பு குறித்துத்தான் என் மனக்குறையைச் சொல்ல நினைத்தேன்.

வகுப்பறையோடு உங்களுக்குத் தாமரை இலைத் தண்ணீர் உறவுதான் இருந்தது. அது எனக்கு வருத்தம். வகுப்பறையோடு நீங்கள் சங்கமிக்கவில்லை. வகுப்பறையை விட்டு விலகி இருந்தீர்கள்!

பல மாணவர்களின் பெயர்கள் உங்களுக்குத் தெரியாது. முகங்கள் உங்களுக்குத் தெரியாது. மாணவர்களின் திறமைகள் என்ன, குறைகள் என்ன என்பதெல்லாம் உங்களுக்குத் தெரியாது. மிகச் சில வார்த்தைகள் தான் நீங்கள் அவர்களிடம் பேசி இருக்கிறீர்கள்.

நீங்கள் அவர்களைக் காயப்படுத்தவில்லை என்பது உண்மைதான். ஆனால் அவர்கள் மனசின் காயங்களைக் கண்டுபிடித்து, அதை ஆற்றுவதற்கான முயற்சிகளையும் நீங்கள் எடுக்கவில்லை.

உங்களைப் போன்ற அபூர்வமான மனிதப் பண்புகள் உள்ள பெரியவர்கள், மாணவர்களை நெருங்கி, வகுப்பறையைக் கையில் எடுத்திருந்தால், எத்தனையோ மாணவர்களின் கண்ணீர் துடைக்கப் பட்டிருக்கும்; பல மாணவர்கள் மேலே ஏற ஏணி கிடைத்து இருக்கும்.

இது என் ஆதங்கம்! ஒரே ஆதங்கம் !

நீங்கள் நீடூழி வாழ வேண்டும்"

ஓர் ஆசிரியர்
காயப்படுத்தாமல்
இருந்தால் மட்டும்
போதுமா?
காயங்களைக்
கண்டுபிடித்து
மருந்து போட
வேண்டாமா?

4

வழக்கத்திலிருந்து விலகினாலே, அதைப் பிறர் புரிந்து கொள்வதில் பிரச்சினைவந்து விடுகிறது. விலகலை ஏற்றுக் கொள்வது அடுத்த கட்டம். அது இன்னும் சிரமம்!

சந்திரன் பேச்சுக்குக் கைத்தட்டுவதற்குக் கூடச் சிலர் தயங்கினார்கள்.

வெங்கடேசன் அற்புதமான மனிதர்தான். சந்திரன் வைத்த விமர்சனத்தை ஏற்றுக்கொண்டார். ஏற்புரையின் இறுதியில் அதைச் சொன்னார்.

"நடிப்புக்கு அடுத்துக் கஷ்டமான வேலை வாத்தியார் வேலை தான். வாத்தியார் புதிய புதிய ரூபம் எடுக்கணும். பூ மலர்ற மாதிரி மலரணும். இறுகி மூடிப்போய் விடக்கூடாது.

என்னமோ, என்னால அது முடியலை. கல்லூரியில் வேலைக்குச் சேர்ந்த புதிதில் வகுப்பறையில் நல்லா கலகலப்பாத்தான் இருப்பேன்.

உங்கள்'ல பலபேருக்கு அது தெரியாது. படிப்பும் மரியாதையும் வளர வளர எளிய சுபாவங்கள் மறைஞ்சு போகுது. நாம் இறுகிப் போறோம். நான் மத்தவுங்களவிட சீக்கிரமே இறுகிப் போனேன். இறுகிப் போனதும் மரியாதை ஜாஸ்தியாச்சு. அதிகமா இறுகிப் போனேன்.

எனக்கு என்ன தோணுதுன்னா.. கற்றுக் கொடுப்பது சம்பந்தமா, கல்லூரியில அடிக்கடி கூட்டு விவாதம் நடக்கணும். எங்க நடக்குது?

அவுங்கவுங்க.. அவுங்கவுங்க போட்ட ஒத்தையடிப் பாதையில் போய்க்கிட்டே இருக்காங்க! போற பாதை சரியா? தப்பா? யாருக்குத் தெரியும்? யாரும் யார் கிட்டேயும் இது பத்திப் பேசிக்கிறதில்லை. பகிர்ந்து கொள்கிற பண்பு கல்வியின் அடிப்படையான பண்பு. இது வகுப்பறைக்கு உள்ளயும் இல்ல. வெளியவும் இல்ல.

சந்திரன் சொன்ன கருத்துக்கள் சரிதான். நல்லா உணர்ந்து பேசினார். ஆனா, இந்த மாதிரி யோசனைகளை நான் வேலையில் இருக்கிறப்ப, யாராச்சும் சொல்லி இருந்தா பிரேயோஜனமா இருந்திருக்கும். இப்பச் சொல்லி என்ன புண்ணியம்? விடைபெற்றுப்போற விருந்தாளிகிட்ட, அவர் கதவைத் தாண்டி, வாசலுக்கு வந்த பிறகு, நீங்க இன்னும் கொஞ்சம் நல்லாச் சாப்பிட்டிருக்கலாமேன்னு சொல்ற மாதிரி இருக்கு.

அதுதான் என் ஆதங்கம்!"

வெங்கடேசன் சிரித்த முகத்தோடுதான் சொல்லி முடித்தார். ஆனாலும் சிலரின் கண்கள் கலங்கியிருந்தன.

விழா முடிந்ததும் சந்திரனின் கண்கள் அய்யப்பராஜைத் தேடின. தன் பேச்சைக் கூட்டம் ஏற்றதா நிராகரித்ததா என்று அவருக்குப் புலப்படவில்லை.

சலனம் காட்டாத முகங்களின் மத்தியில் உரையாடுவதைவிட, தீ மிதித்து நடக்கலாம்!

"யோவ் எங்க அவசரமாய்ப் போறீரு! நில்லும்யா!" என்று ஸ்கூட்டரை உதைத்துக் கொண்டிருந்த அய்யப்பராஜைத் தடுத்து நிறுத்தினார் சந்திரன்.

"பேச்சு பிரமாதம் சார்! கை குடுங்க!" என்றார் அய்யப்பராஜ்.

"ஆமா! கேட்டாச் சொல்லுவீங்க. நீங்களாச் சொல்ல மாட்டீங்களா! உண்மையச் சொல்லுங்க! பேச்சு சரியா இருந்துச்சா?"

குழந்தையின் கெஞ்சல்தான் இது. படிப்பு போர்த்திவிட்ட தோரணை கெஞ்சலை மறைத்து நின்றது.

ஒரு அறிவுஜீவிக்குள்ளேயே அங்கீகாரத்துக்கு ஏங்கும் குழந்தை இருக்குமானால், இளம் மாணவர்களுக்குள்... 'ஏங்கும் குழந்தைகள்' எத்தனை எத்தனை இருக்க வேண்டும்?

தான் நினைத்ததை அப்படியே சந்திரனிடம் கேட்டு வைத்தார் அய்யப்பராஜ்.

சந்திரன் மெல்லச் சிரித்தார்.

"எவ்வளவு பெரிய ஆளா இருந்தா என்ன? அங்கீகாரம் இல்லாம, அடுத்த அடி எடுத்து வைக்கிறது கஷ்டம்'யா! ஒரு கதை சொல்றேன் கேளும்!

ஒரு வீட்டில் அப்பா அம்மா இரண்டு பேருக்கும் பிள்ளை படிக்க வேண்டும் என்பதில் அளவுகடந்த அக்கறை இருந்தது. பிள்ளையை ஒன்றாம் வகுப்பில் சேர்த்தார்கள். அவனும் தினசரி பள்ளிக்கூடம் போய் வந்தான். ஒரு நாள் அவனிடம் அம்மா கேட்டாள்.

"எங்கே! ஒண்ணு ரெண்டு சொல்லு பாப்போம்!"

"ஒண்ணு!"

மௌனம். அதற்கு மேல் அவன் சொல்லவில்லை. அம்மா மீண்டும் 'சொல்லு' என்றாள்.

"ஒண்ணு"

அத்துடன் நின்றுவிட்டது. அம்மா தரதரவென்று பையனை இழுத்துக்கொண்டு ஆசிரியரிடம் போனாள்.

"இவனுக்கு ஒண்ணு, ரெண்டு சொல்லிக்கொடுத்திருக்கீங்களா?" என்று கேட்டாள்.

"ஓ! கேட்டுப் பாருங்கள்! நூறு வரைக்கும் சொல்வானே!" என்றார் ஆசிரியர்.

"நீங்களே கேட்டுப் பாருங்க!" என்று அம்மா சலித்தாள்.

"சொல்லுடா!" என்றார் ஆசிரியர்.

அவன் சொன்னான்.

"ஒண்ணு!"

உடனே ஆசிரியர், "ம்!" கொட்டினார் ஆதரவாக. தயக்கமின்றி பையன் 'இரண்டு' சொன்னன். ஆசிரியர் மறக்காமல் "ம்!" கொட்டினார். எக்ஸ்பிரஸ் வேகத்தில் பையன் சொல்ல ஆரம்பித்தான்.

ம்ம்*!*
ஒவ்வொன்றும்
ஒரு பழிக்கட்டு!

ஒண்ணு
ம்ம்!
ரெண்டு
ம்ம்!

"மூணு!"

"ம்!"

"நாலு!"

"ம்ம்!"

நூறு வரை பையன் மளமள என்று சொல்லி முடித்தான்.

அம்மாவுக்கு ஆச்சர்யம் தாங்க முடியவில்லை.

அய்யப்பராஜ் ! கதை. உங்களுக்குப் புரிந்திருக்கும். ஆசிரியர் சொன்ன "ம்ம்!" தான் அவன் முயற்சிக்குக் கிடைத்த அங்கீகாரம். அந்த அங்கீகாரம் இல்லாமல் அவனால் மேலே, மேலே போக முடியாது"

சந்திரன் சொன்ன கதையில் லயித்தார் அய்யப்பராஜ். பிறகு ஒரு சந்தேகம் கேட்டார்.

"உயிரோட்டமான வகுப்பறைன்னு சொல்றீங்களே! 'வகுப்பறையின் உயிர்'னு எதைச் சொல்றீங்க? ஆசிரியரின் திறமையையா?"

"இல்லை! மாணவரின் பங்கேற்பை! இளம் மூளைகள் சிந்திக்காமல், சிந்தித்ததைப் பேசாமல், பேசி விவாதிக்காமல் வகுப்பறையில் உயிர் தோன்றாது!

சந்திரனின் பதிலில் அய்யப்பராஜுக்குப் புதிய வெளிச்சம்!

"ஹீம்!" என்று பெருமூச்செறிந்தார் அய்யப்பராஜ்.

"பத்து வருஷத்தை விரயமாகக் கழிச்சுட்டேன்!"

சந்திரன் தேற்றினார். "பத்து வருசமா கோட்டை விட்டதை பத்து நாள்'ல மீட்கலாம். ரொம்ப சுலபம்."

"அப்ப நாளையில் இருந்தே நான் புது வகுப்பறையைத் தொடங்கலாமா?"

"தொடங்குங்க!"

"எதிலிருந்து தொடங்குகிறது?"

"இதுக்கு டைம்டேபிள். சிலபஸ்'லாம் கிடையாது. மாணவர்களோட சேர்ந்து கூட்டு முயற்சியா வகுப்பறையைத் தொடங்குங்க! எங்க இருந்தாவது தொடங்குங்க! பிறகு ஒழுங்குபடுத்திக்கலாம்!"

"சரி! கடைசியா ஒரு கேள்வி!"

"என்ன?"

"மாணவர்களின் பார்க்காத முகத்தைப் பார்க்கணும்னு சொன்னீங்களே! எந்த அர்த்தத்தில்?"

"வகுப்பறையை நீங்கள் ஒருவரே முழுக்க ஆக்கிரமித்துப் பாடம் நடத்தி வந்தால், மாணவர்களின் ஒரே முகத்தைத்தான் பார்ப்பீங்க. புதுப்புது வாய்ப்புகளை உருவாக்கி மாணவர்களைப் பங்கேற்கச் செய்யுங்க. இதுவரை நீங்கள் பார்க்காத முகங்களைப் பார்ப்பீங்க. அதாவது நீங்கள் இதுவரை மாணவர்களிடம் காணாத ஆற்றலை... பண்பை... திறமையை..."

அய்யப்பராஜ் கவலையுடன் யோசித்தார்.

"ஆதிமூலத்திடம் நான் பார்க்காத முகம் எது?"

ஒவ்வொரு மாணவனிடமும் ஆசிரியர் காணாத முகங்கள் இருக்கின்றன. வகுப்பறை இன்னும் கண்டுபிடிக்காத முகங்கள்!

வகுப்பறை.. வகுப்பறை.. வகுப்பறை... வகுப்பறை...

5

புதிய திசைகளில், புதிய முடிவுகளைப் பலர் எடுக்கத்தான் செய்கிறார்கள். ஆனால் முடிவுகளை அமுல்படுத்தும் தருணம் வரும்போது தைரியமின்றிக் கைவிடுகிறார்கள்.

தன்மீதும், வாழ்க்கை மீதும் உள்ள அவநம்பிக்கை ஒரு காரணம்; பிறர் என்ன நினைப்பார்களோ, என்ன பேசுவார்களோ என்ற பயம் ஒரு காரணம்.

'முடிவுகள்' பிறந்த இடத்திலேயே புதையுண்டு போகின்றன.

அய்யப்பராஜைப் பொறுத்தவரை எடுத்த முடிவை அமுல்படுத்துவதில் தைரியசாலி.

'பிறர் பார்வை' 'பிறர் அபிப்பிராயம்' குறித்த குழப்பமும் கலக்கமும் அவருக்குக் கிடையாது.

தினசரி பி.காம் மாணவன் ஒருவனைத் தன் ஸ்கூட்டரில் ஏற்றிக் கல்லூரியில் கொண்டு வந்து விடுகிறார். அவன் உடல் குறைபாடு உடையவன். தற்செயலாக ஒரு நாள் செய்து கொண்ட ஏற்பாடு. இன்றுவரை உறுதியாக இருக்கிறார்.

ஏற்பாடு காலையில் மட்டுந்தான். அவன் மகாராணி தியேட்டர் முன் நிற்பான். அவர் ஏற்றி வருவார்.

பி.காம். துறையைச் சேர்ந்த ஆசிரியர் புகழேந்தி ஒரு நாள் வந்து சொன்னார்: "சார்! அவன் வசதியான வீட்டுப் பையன். நீங்க ஏன் தூக்கிச் சுமக்குறீங்க!"

"நான் சுமக்கல. ஸ்கூட்டர் சுமக்குது!" என்றார் அய்யப்பராஜ்.

அவருடைய துறைத் தலைவர் மாரியப்பனே, "நீங்க நெனக்கிற மாதிரி அவன் நல்லவன் இல்ல சார். வாலு!" என்றபோது "அது வேற! இது வேற சார்!" என்று பேச்சை முறித்தார்.

பாதிக்கிணறு தாண்டும் மத்திய வர்க்கக்குணம் அவரிடம் இல்லாதது ஆச்சரியம்!

இன்று புதிதாய்ப் பிறந்தவர்போல அய்யப்பராஜ், அந்த வகுப்பறையில் நுழைந்தார். அளவான வகுப்பறை. 50 பேர் இருந்தார்கள். சரிபாதியாக மாணவிகள் இருந்தார்கள்.

கட்டுப்பாடு மிகுந்த கல்லூரியில் பற்றற்ற ஞானிகளைப் போல மாணவ- மாணவியர்கள் இருப்பது வழக்கம். இவர்களைப் பேச வைப்பது பெரும்பாடு.

அய்யப்பராஜ் அந்த முயற்சியில் இறங்கினார். அன்றைக்குச் சிலப்பதிகாரம் பாடம். மூன்று காண்டத்தின் கதைகளையும் சுருக்கமாகச் சொன்னார். பிறகு மாணவர்களின் பங்கேற்புக்கு அழைப்பு விடுத்தார்.

"சிலப்பதிகாரக் கதையைப் பத்தி என்ன நெனைக்கிறீங்க? சொல்லுங்க!" என்றார்.

பதில் வராததால் கேள்வியைத் திரும்பக் கேட்டார்.

மாணவிகளில் பெரும்பாலோர் தலையைக் குனிந்து கொண்டார்கள். கேள்வி என்றாலே மிரளுகிற போக்கை வகுப்பறை உருவாக்கி இருக்கிறது. மாணவர்கள் சிலர் முனகினார்கள். அவர்கள் பேசியது அந்தப் பெஞ்சில் இருந்தவர்களுக்குத்தான் கேட்டிருக்கும்.

யாரும் விவாதத்துக்குத் தயாராக இருப்பது போலத் தெரியவில்லை.

பொதுவான கேள்விகளுக்கு விடை கிடைப்பது கடினம். ஒரு விஷயத்தைக் குறிப்பிட்டுக் கேட்டால் விடை கிடைக்கலாம். அது ஆசிரியர் மனத்தில் பளீரெனப் பட்டது.

"சரி! அந்தக் கேள்வியை விடுங்க. வேற கேள்வி கேக்கிறேன். கண்ணகி மதுரையை எரித்தாளே! கண்ணகியின் கோபம் சரிதானா?" என்று கேட்டார்.

பூட்டிய வாய்களும் அவற்றின் உறைந்த மௌனமுமே வகுப்பறையின் இலக்கணமாகியுள்ளன. அர்த்தமுள்ள உரையாடலுக்குப் பதிலாக ஆசிரியரின் ஒற்றைக்குரலே வகுப்பறையின் சங்கீதமாக உள்ளது.

உடனே ஒரு பதில் ஒரு மாணவனிடமிருந்து எதிரொலி போல வந்தது.

"அநியாயம் சார்"

உடனே வகுப்பு வெடித்துச் சிரித்தது. மாணவிகளும் சேர்ந்து சிரித்தார்கள். இன்னும் சில மாணவர்களுக்கு இந்தச் சந்தர்ப்பத்தில் தங்களை வெளிப்படுத்திவிட வேண்டும் என்ற ஆசை பிறந்திருக்க வேண்டும்.

"அக்கிரமம்!" என்றான் இன்னொருவன்.

ஒரு வார்த்தை விமர்சனங்கள் தொடர்ந்தன. மாணவிகள் ஏதும் பேசவில்லை. சிரிப்பில் மட்டும் கலந்து கொண்டார்கள். இறுக்கம் கலைந்து வகுப்பு கலகலத்து விட்டது. ஆனால் அய்யப்பராஜுக்கு முகம் சுருங்கிவிட்டது. இந்தச் சிரிப்புச் சத்தங்கள் அவரை அவமதிப்பது போல அவருக்குப்பட்டது. கோபம் முண்டிக் கொண்டு வந்தது. சிரமப்பட்டு அடக்கினார். லட்சியத்தைக் கையில் எடுத்தவர்கள் தொட்டால் சுருங்கிகளாய் இருக்க முடியுமா?

சிரிப்புச் சத்தம் அடங்கியதும், விவாதத்தை எப்படியாவது தொடங்கும் ஆசையில் "அநியாயம், அக்கிரமம்னு நீங்க நெனக்கிறீங்க! நான் சொல்றேன் கண்ணகியின் கோபம் சரிதான்னு!" என்றார் அய்யப்பராஜ். அவருடைய இந்தச் சாத்வீகம் மாணவர்களுக்குத் தெம்பளித்தது. சுடலைமுத்து எழுந்தான். "புருசனக் கொன்னவன் ஒருத்தன். அதுக்குப் போயி ஊரக் கொளுத்தறது என்ன நியாயம்?" என்றான்.

ஒருவரைப் பார்த்து இன்னொருவருக்குத் தைரியம் வருகிறது. பவுன்ராஜ் எழுந்து, "ஓங்க வீட்டைக் கொளுத்துனா விடுவீங்களா?" என்று அடுத்த வினாவைத் தொடுத்தான். இவன் கிராமத்து ஆள். இப்படித்தான் இவனுக்குப் பேசத் தெரியும். எந்தப் பொது விஷயத்தையும்தனிப்பட்ட விஷயத்தில்இருந்துதான்ஆரம்பிப்பான். பவுன்ராஜின் கேள்வியை மாணவர்கள் டேபிளைத் தட்டி ஆதரித்தார்கள். அய்யப்பராஜ் ஏற்கனவே கறுப்பு. இப்போது கறுப்பு அதிகமாகியது. முகம் பார்க்கச் சகிக்கவில்லை. அவர் நாக்குக்குள் கசப்பு தட்டியது.

நவநீதகிருஷ்ணன் வழக்கமான குறும்புடன் முன்னால் இருப்பவனின் முதுகுக்குப்பின்னால் மறைந்து கொண்டு, 'இப்ப யாருமே கண்ணகி கிடையாது சார்!' என்றான். சம்பந்தமே இல்லாத

பதில். ஆனால் அதற்கும் மாணவர்கள் சிரித்தார்கள். மாணவிகள் மட்டும் இந்தமுறை சிரிப்பில் இருந்து விலகி விட்டார்கள். சிலர் புண்பட்ட பார்வையுடன் அய்யப்பராஜைப் பார்த்தார்கள்.

அய்யப்பராஜ் யோசித்தார். விவாதத்தை நிறுத்துவதுதான் நல்லது. விவாதப் பண்பாடே இல்லாத வகுப்பறை!

வகுப்பறை என்பது என்ன? சமூகத்தின் பிம்பந்தானே! சமூகம், அடித்துப் பேசுகிறவன் பேச்சுக்குத் தலையாட்டும். அல்லது மெளனம் சாதிக்கும். முறையான விவாதத்தைத் தொடங்கினால், ஆளாளுக்கு இஷ்டத்துக்குப் பேசுவதும் விதண்டாவாதம் செய்வதும் நடக்கும். சமூகத்தை வகுப்பறை அப்படியே பிரதிபலிக்கிறது!

அய்யப்பராஜ் விவாதத்தை நிறுத்தி, 'வழக்குரை காதை'யை வாசிக்க ஆரம்பித்தார். சிலரை வாசிக்கச் சொன்னார். மாணவர்கள் வாசிக்கும்போது 'ஒழுங்கா வாசி!' 'அது ல இல்ல ழ', எங்க ஓட்ற? மெதுவா வாசி!' என்று கட்டளைகளைப் பிறப்பித்துக் கொண்டே இருந்தார். வகுப்பு இறுகிவிட்டது. சத்தமில்லை. இதுதான் அய்யப்பராஜின் பழைய வகுப்பறை. பழைய நிலைமைக்கே வகுப்பறை வந்துவிட்டது.

பாட்டை வாசிக்கும்போது அய்யப்பராஜின் குரலில் கரகரப்பு இருந்தது. அதை யாரும் கவனித்தார்களா? என்று தெரியவில்லை. நுட்பமான காதுகளுக்கு அய்யப்பராஜின் குரல் அழுவது கேட்டிருக்கும்.

வாய் மூடிக் கிடப்பது அல்லது ஆளாளுக்குப் பேசுவது இரண்டுமே விவாதம் என்ற நாகரிகத்தின் விரோதிகள்! இவற்றைச் சமூகத்திடமிருந்துதான் மாணவர்கள் கற்கிறார்கள்.

6

லட்சியத்தின் குறி தப்புவது அக்கடி நிகழக்கூடிய காரியம்தான். அது தோல்வியல்ல. குறி தப்பியதும் சோர்வடைந்து இலக்கைக் கைவிட்டால் அதுதான் தோல்வி. செய்து முடித்த காரியத்தைத் திரும்பத் திரும்பப் பொறுமையாகப் பரிசீலித்துப் பார்ப்பதுதான் லட்சிய வாதிக்கு அழகு.

அய்யப்பராஜின் முதல் குறி தப்பிவிட்டது.

ஏதோ அவமதிப்புக்கு உள்ளானவர் போல அவர் சரிந்துவிட்டார். ரகசியமாய்த் துளித்த அவர் கண்ணீரைத் துடைக்க இப்போது ஒரு கரம் வேண்டும். யாரிடம் போவது? சந்திரன்? வேண்டாம். முரட்டுக்கரம்.

அப்போதுதான் 'மே ஐ கம் இன் சார்!' குரல் கேட்டது. மாணவியின் குரல். 'யாரு?' என்றார். மூன்று மாணவிகள் உள்ளே வந்தார்கள். முன்னால் வந்த பெண்ணின் பெயர் தெரியும். ரமாதேவி! மற்ற இரு மாணவிகளும் அவளுக்குத் துணைக்கு வந்ததுபோல் நின்றார்கள்.

"என்ன?" என்றார் அய்யப்பராஜ். ரமாதேவி கடகட என்று பேசினாள்.

"சார்! கண்ணகி கோபம் சரிதான்! அது *ego* வில் வந்த கோபம் இல்ல. அநியாயத்துக்கு எதிரா வந்த கோபம். இந்தக் கோபம் நல்லதுதானே! பொதுவா ஜனங்கள் எது நடந்தாலும் கேள்வி கேக்குறதில்ல; எதித்துப் பேசுறதில்ல. கண்ணகி மாதிரி கோபக்காரங்க தான் சார் இன்னக்கி வேணும். அவ மதுரையை எரிச்சத *symbolic* ஆகத்தான் சார் பாக்கணும். அதப்போய்ப் பெரிசுபடுத்தக்கூடாது!"

அய்யப்பராஜுக்கு ஆச்சரியம் தாங்க முடியவில்லை. கறுத்த முகத்தில் வெள்ளைச் சிரிப்பு வந்துவிட்டது.

எந்தக் கூட்டத்திலும் கவனிக்கிற கண்கள்..

இரைச்சல் மிக்க கூட்டத்திலும் உண்மையான
ஆர்வத்துடன் சிலர் இருக்கவே செய்கிறார்கள்.
நம் வார்த்தை யாராவது சிலரின் காதுகளையும்
மனத்தையும் எட்டத்தான் செய்கிறது...

"ஏம்மா! கிளாஸ்'ல கேட்டப்ப ஒண்ணுமே சொல்லல!" என்று கேட்டார்.

'பயமா இருந்துச்சு சார்!" என்றாள் மாணவி.

"சே! சே! திறமையானவங்கள்'லாம் பயப்படக்கூடாது" என்று ஒரு பொன்மொழியை உதிர்த்து அவர்களைப் பாராட்டி அனுப்பி வைத்தார்.

மேகம் கலைந்து சூரியன் தெரிந்தது!

மனசுக்குள் பளிச்சென்று வெளிச்சம்.

எந்தக் கூட்டத்திலும் உண்மையான ஆர்வத்துடன் சிலர் இருக்கிறார்கள். முதலில் அவர்களைக் கண்டுபிடிக்கவேண்டும்.

கல்யாண வீட்டில் வாழ்த்திப் பேசுவது பெரிய தொல்லை.

'அடுத்து வாழ்த்துரை' என்றதும் ஆண்களெல்லாம் பந்திக்குக் கிளம்பி விடுவார்கள். பிள்ளைகளின் பலூன் விளையாட்டு துவங்கிவிடும். இரைச்சல் மிக்க கல்யாணவீட்டிலும் முன் வரிசையில் உட்கார்ந்து நாலு பெண்கள் ஒவ்வொருத்தர் பேசுவதையும் உன்னிப்பாகக் கவனித்துக் கொண்டுதான் இருக்கிறார்கள். எந்த முயற்சியும் விரயமாவதில்லை. யாராவது சிலரின் காதுகளையும், மனத்தையும் எட்டத்தான் செய்கிறது.

ரமாதேவியின் ஆர்வம் அய்யப்பராஜின் முயற்சிக்கு ஆக்சிஜன் போல ஆகிவிட்டது. இல்லாவிட்டால் அந்த முயற்சி ஒருவேளை செத்துப் போயிருக்கலாம்.

மதியம் லீவு போடலாம் என்று நினைத்தவர் சுறுசுறுப்படைந்தார். மாலையில் கடைசி மணி வகுப்பு இருந்தது. அந்த வகுப்பில் வேறொரு முயற்சி செய்து பார்க்கலாம்.

கபிலரின் சங்கப் பாடல். நற்றிணையில் உள்ள பாடல். "தலைவன் தலைவியைப் பிரிந்து பொருள் தேடச் சென்றுவிடுவான்" என்பது வதந்தி. அது தலைவியின் காதை எட்டுகிறது. தலைவி உறுதியாகப் பதில் சொல்லுகிறாள். "என் தலைவன் சொன்ன சொல் தவறாதவர்; அன்பு மாறாதவர். தாமரையில் எடுத்த தேனைச் சந்தன மரத்தில் தொடுப்பது போல உயர்வானது எங்கள் நட்பு. அவர் பிரிந்தால் நான் வருந்துவேன். இது அவருக்குத் தெரியும். எனவே என்னை ஒரு போதும் பிரியமாட்டார்" என்பது பாடலின் பொருள்.

பாட்டுக்கு முன் ஒரு சிறிய விவாதம் நடத்துவது என்று அய்யப்பராஜ் முடிவு செய்தார். அதைச் சற்றுப்புதுமையாகச் செய்வது என்றும் தீர்மானித்தார். கடைசி மணி வகுப்பு காலியாகக் கிடந்தது. கோமதி தியேட்டரில் புதுப்படம் நடக்கிறது. மாணவர்களில் பலர் போயிருப்பார்கள். 'வித்த ஆடு போக சொச்ச ஆடு முழிப்பது!' போல மீதமிருந்த மாணவ மாணவியர் முழித்துக் கொண்டிருந்தார்கள்.

அய்யப்பராஜ் எந்தப் பீடிகையும் இல்லாமல் விவாதத்தைத் தொடங்கினார்.

"இந்தப் பாட்டுக்கு முன்னால் உங்களிடம் சில விஷயங்களைப் பேசணும். இப்ப நான் ஒரு கேள்வி கேட்பேன். அதுக்கு மாணவிகள் மட்டும்தான் பதில் சொல்லணும். அடுத்து ஒரு கேள்வி. அதுக்கு மாணவர்கள் மட்டும்தான் பதில் சொல்லணும். கேக்கட்டுமா?" என்றார்.

அவர் சொன்னதும், என்னவோ, ஏதோ என்று வகுப்பில் ஆர்வம் ஏற்பட்டது. அய்யப்பராஜ் மாணவிகளைப் பார்த்துக் கேட்டார்.

"உங்கள் தோழி ஒருத்திக்குக் கல்யாணம் ஆகிவிட்டது. கல்யாணம் ஆன கொஞ்ச நாளில் அவளுக்குக் கிடைத்த தகவல் அதிர்ச்சி தருகிறது. கணவருக்குக் குடிப்பழக்கமும், தகாத சகவாசமும் உண்டென்று ஒருவர் சொல்கிறார். அப்படிச் சொல்பவர் வேறுயாருமல்ல. கணவர் அலுவலகத்தில் பணிபுரியும் மற்றொரு நண்பர்.

உங்கள் தோழி குழப்பமடைகிறாள். கணவரிடம் அதுபற்றிப் பேசப் பயப்படுகிறாள். அதே நேரம் சந்தேகப்படவும் செய்கிறாள். தோழி உங்களிடம் ஆறுதல் தேடி வருகிறாள். நீங்கள் எப்படித் தோழியைச் சமாதானப்படுத்துவீர்கள்?" என்பது அவர் கேட்ட கேள்வி.

வகுப்பறை, திடீரென சிந்தனை நிறைந்த வகுப்பறையாகி விட்டது. மாணவிகள் ஒவ்வொருவரின் முகத்திலும் ஒரு பதில் தெரிந்தது.

ஆனால் யாரும் எழவில்லை. யாராவது ஒருவரைக் கிளப்பி விட்டால்தான். மற்றவர்கள் கிளம்புவார்கள் என்று தெரிந்தது.

"வளர்மதி! சொல்லு பாப்போம்!" என்று ஒரு மாணவியைக் கிளப்பிவிட்டார்.

"உன் கணவரிடமே நேராப்பேசு; விஷயத்தைத் தெளிவுபடுத்திக் கொள். நீயா மனைசைப் போட்டு குழப்பிக்காதே என்று ஆறுதல் சொல்வேன்" என்றாள் வளர்மதி. 'நல்ல பதில்' என்றார் அய்யப்பராஜ். "வேறு யாராச்சும்" என்று அவர் கேட்டபோது மற்றொரு மாணவி எழுந்து "வா! கணவரின் மற்ற நெருங்கிய நண்பர்களைப் பார்த்துக் கேட்போம். அவசரப்பட வேண்டாம். உண்மைதான் என்றால் கணவரிடம் நேராகப் பேசு. உண்மை இல்லை என்றால் எல்லாவற்றையும் மறந்துவிடு என்று சொல்வேன்" என்றாள். அவள் முடிப்பதற்குள் மற்றொரு மாணவி எழுந்து, "உன் கணவர், புகார் சொன்ன அந்த நண்பர் இரண்டு பேரையும் ஒன்றாக உட்கார வைத்து இந்த விஷயம் குறித்துப் பேசு. உண்மை தெரிந்து விடும் என்று சொல்வேன்.." என்றாள்.

விவாதம் நிற்கவில்லை. பலர் எழுந்து பேசினார்கள். வாழ்க்கைத் தளத்தில் இருந்து பிரச்சினைகளை முன்வைத்தால் நிறையப் பேசுகிறார்கள்!

எல்லோருடைய பதிலிலும் இருந்த புத்திசாலித்தனத்தை அய்யப்பராஜ் பாராட்டினார். பாராட்டும்போது மாணவிகளின் பெயர்களைச் சொல்லிச் சொல்லிப் பாராட்டினார். மாணவிகள் முகத்தில் மலர்ச்சி தெரிந்தது. கடைசி மணி நேரக் களைப்பு போய்விட்டது.

"அடுத்து மாணவர்களுக்கான கேள்வி" என்று சொன்னதும் மாணவர்கள் நிமிர்ந்து உட்கார்ந்தார்கள். ஆர்வமாகக் காது கொடுத்தார்கள்.

7

வெற்றியின் ருசியே அலாதிதான்.

நாக்கு இனித்து விடுகிறது. மனசு இனித்து விடுகிறது.

வார்த்தைகள் சரளமாகவும் நயமாகவும் வருகின்றன. உடம்புக்கு வலு. நடையில் கம்பீரம்.

பாதி வகுப்பு நடந்து கொண்டிருக்கும்போதே, ஆசிரியருக்கு வெற்றியின் ருசி தட்டுப்படத் தொடங்கியது. இதுவரை அவர் அனுபவிக்காத ருசி.

வகுப்பறையில் ஆசிரியருக்கு என்று ஒரு டேபிள் இருக்கும். சிலர் அதன் பின்னால் இருந்து பேசுவார்கள். புத்தகம் வைத்துக்கொள்ள.. கையை ஊன்றிக் கொள்ள.. நின்று கொண்டிருக்கும்போது லேசாகச் சாய்ந்து கொள்ள, என்று அந்த டேபிளுக்குச் சில நிரந்தரமான உபயோகங்கள் உண்டு.

சிலர் நடப்பார்கள். ஆனால் டேபிளைத் தாண்டி அதிக தூரம் போய்விட மாட்டார்கள். கண்ணுக்குத் தெரியாத கயிறு ஒன்று அவர்களை டேபிளோடு கட்டிப் போட்டு வைத்திருப்பதைப் போலத் தோன்றும். இன்று அய்யப்பராஜ் வகுப்புக்குள் ஒரு கிலோ மீட்டர் தூரமாவது நடந்திருக்க வேண்டும். என்றைக்கும் இல்லாமல் இன்றைக்கு மாணவர்களுக்குள் புகுந்து புகுந்து நடக்கிறார்.

பேசிக்கொண்டு, மாணவர்கள் சொல்வதைக் கேட்டுக்கொண்டு.. சபாஷ்! போட்டுக்கொண்டு.. அய்யப்பராஜ் நிற்காமல் நடப்பதைப் பார்க்கவேண்டும்.

மாணவர்களுக்கான கேள்வியைச் சொல்லுமுன் சின்ன பீடிகை போட்டார்.

'மனித உறவுகள்தான் நம்வாழ்க்கையின் அஸ்திவாரம். அஸ்திவாரத்தில் நடுக்கம் வந்தால் கட்டடம் பூராவும் வெடிப்பு உண்டாகிறது. சக மனிதர்களைப் புரிந்து கொள்வதில்தான் வாழ்க்கையின் வெற்றியும் இருக்கிறது. நான் இப்போது சொல்வதெல்லாம் மனித உறவுப் பிரச்சினைகள். ஏனென்றால் இலக்கியத்தின் அடி நாதமாகவும் அதுதான் இருக்கிறது.

அதுபோக நீங்கள் இப்போது சிறுவர்கள் அல்ல. இளைஞர்கள். எனவே, கேள்விகளைச் சரியாகப் புரிந்து கொள்ள வேண்டும். வெற்று வேடிக்கையாக எடுத்துக்கொள்ளக்கூடாது. வாழ்க்கைப் போக்கில் நிதானத்தைக் குலைக்கும் சம்பவங்கள் வருவதுண்டு. அந்த நேரத்தில் எப்படி நடந்துகொள்வது என்பதுதான் என் கேள்வி. இப்போது கேள்விக்குப் போவோம்" என்றார். மாணவர்களுக்குப் பீடிகை விளங்கவில்லை. கேள்விக்காகக் காத்திருந்தார்கள்.

"உங்கள் நண்பர் ஒருவருக்குத் திருமணம் நிச்சயிக்கப்பட்டு விட்டது. திருமணத்துக்குச் சில தினங்களுக்கு முன் நண்பருக்கு ஒரு மொட்டைக் கடிதம் வருகிறது. (வகுப்பில் சன்னமாய் ஷ்ஷ் என்ற சத்தம்) நண்பர் திருமணம் செய்து கொள்ள இருக்கும் பெண்ணைப் பற்றி அந்தக் கடிதத்தில் தாறுமாறாக எழுதப்பட்டிருக்கிறது. அவள் ஏற்கனவே மற்றொருவனைக் காதலித்தவள் என்பது ஒரு குற்றச்சாட்டு. இந்தக் கடிதத்தைப் படித்துவிட்டு உங்கள் நண்பர் குழம்புகிறார். என்ன செய்வது என்று தெரியாமல் உங்களிடம் வருகிறார். உங்கள் நண்பருக்கு நீங்கள் சொல்லும் ஆலோசனை என்ன?" கேள்வியைக் கேட்டு நிறுத்தினார் அய்யப்பராஜ்.

'கடிதத்தைக் கிழித்தெறியச் சொல்வேன்' என்ற ஆலோசனையில் இருந்து பல்வேறு ஆலோசனைகள் வந்து குவிந்தன. பிரச்சினைக்குத் தீர்வு காண்பதில் மாணவிகளுக்கு இருந்ததை விட மாணவர்களுக்கு அக்கறை சற்றுக்குறைவாக இருந்ததை அய்யப்பராஜ் கவனித்தார். 'தமாஷ் பண்ணுவதில்தான்' அக்கறை அதிகம் இருந்தது.

விஜயரங்கன் எழுந்து 'நண்பனுக்காக நானேபோய் அந்தப் பெண்ணைச் சந்தித்து உண்மையைக் கேட்பேன்' என்றான். வகுப்பில் சின்னதாய்ச் சிரிப்புச் சத்தம் புறப்பட்டது.

ஆசிரியருக்கு மனசு திக்கென்றது. இது ஆபத்தான கட்டம். பழைய நிலைக்கு வகுப்பைக் கொண்டுபோய்விடும்.

அவர் சுதாரிக்கும் முன்பே மற்றொருவன் ஏதோ குசுகுசுத்தான். அந்தப் பெஞ்சுக்குள் மட்டும் கலகலப்பு. 'என்ன?' என்றார் அய்யப்பராஜ். 'மூர்த்தி ஏதோ சொல்றான் சார்!' என்றார்கள். 'மூர்த்தியை எழுப்பிவிட்டுச் சொல்' என்றார். அவன் 'ஒன்றும் இல்லை! இல்லை!' என்று தலையாட்டினான். 'சும்மா 'சொல்' என்றார். உடனே அவன் சொன்னான்.

"இந்தச்சாக்கில் நண்பனைக் கழட்டிவிட்டுட்டு நான் போய் அந்தப் பெண்ணைக் கல்யாணம் பண்ணிக்குவேன்."

கேட்டதும் வகுப்பில் வெடிச்சிரிப்பு; அய்யப்பராஜைத் துன்புறுத்தும் சிரிப்பு. ஆனால் அவர் முகம் சுருங்கவில்லை. போன வகுப்பின் படிப்பினை கவனத்தில் இருந்தது. இந்த 'இளம்

குறும்புகள்' கூட இல்லாமல் வகுப்பறை எப்படி களை கட்டும்?

வெடிச்சிரிப்பு சற்று தணிந்ததும், ஆசிர்வாதம் செய்வதுபோல் கையை உயர்த்தி, மூர்த்தியைப் பார்த்து, 'பண்ணிக்கப்பா!' என்றார். அவ்வளவுதான். வெடிச்சிரிப்பு இரண்டுமடங்காகியது. மாணவிகள் சிலர் கைகூட தட்டிவிட்டார்கள். ஆசிரியரும் சேர்ந்து சிரித்துவிட்டார்.

ஒ! இவ்வளவுதானா? வகுப்பறையை வசப்படுத்துவது இவ்வளவு சுலபமா?

இந்தக் குறும்பெல்லாம் மாணவர்கள் வகுப்பறையில் கதாநாயகர்கள் ஆவதற்கான குறுக்கு வழிதானே! அதில் நியாயமும் இருக்கிறதே! எத்தனை காலத்துக்கு ஆசிரியர்கள் மட்டும் வகுப்பறையை ஆக்கிரமித்து நிற்பது? 50 வயது ஆனபிறகும் கதாநாயகன் அந்தஸ்தைவிட்டுக்கொடுக்காத தமிழ் சினிமா கதாநாயகர்கள் போல அல்லவா இவர்கள் ஆக்கிரமித்து நிற்கிறார்கள்? வகுப்பறை 'இளம் கதாநாயகர்கள்' கைகளுக்குப் போக வேண்டும். அப்படிப் போனால் நூறு நாள் தொடர்ந்து நடந்தால்கூட வகுப்பறையின் வசீகரம் குறையாது.

இப்போது நற்றிணைப் பாடலுக்கு வந்துவிட்டார் ஆசிரியர். தலைவியின் காதுக்குத் தலைவன் பிரியப்போகிறான் என்ற வதந்தி வருகிறது. தலைவி கலங்கவில்லை. அப்படி இருக்காது என்று உறுதியாக நம்புகிறாள். 'அன்பு என்றால் என்ன?' என்ற கேள்வியை உரக்க எழுப்பி 'என்னைப் பொறுத்தவரை பரஸ்பர நம்பிக்கைதான் அன்பு' என்று அழுத்தந்திருத்தமாகச் சொன்னார். வகுப்பறை அமைதியாக, கன்னத்தில் கை வைத்து அவர் பேசுவதைக் கேட்டது. யாரும் வாட்சைப் பார்க்கவில்லை.

ஆசிரியர் மட்டும் தவிர்க்க முடியாதபடி ஆதிமூலத்தைப் பார்த்தார். குறும்புப் பேச்சிலும் சிரிப்பிலும் அவன் கலந்து கொள்ளவில்லை. தைரியசாலி! ஆனால் குறும்புக்காரன் இல்லை! வகுப்பறையில் இவனுடைய விருப்பம் என்ன?

மீதம் 7 நிமிடம் இருந்தது. மாணவர்கள் சிலரை அந்தப் பாடலை வாசிக்கச் சொன்னார். பொறுப்பாக வாசித்தார்கள். மகிழ்ச்சியும் மனநிறைவுமான அந்தச் சூழலில், மாணவர்கள் வாசிப்பதைக் கேட்டபோது, அவருக்குப் புதிய யோசனை தோன்றியது.

கற்பனாசக்தி என்பது யாரோ சிலருக்குக் கிடைத்த வரப்பிரசாதம் என்றுதான் இதுவரை அய்யப்பராஜ் நினைத்திருந்தார். இப்போது அவருக்கே புதிய புதிய யோசனைகள் தோன்றுகின்றன. அப்படியானால் கற்பனை என்பது அபூர்வமான வரப்பிரசாதமல்ல. உண்மையான முயற்சிகளின்போது அது ஊற்றெடுக்கிறது. எல்லோரிடத்தும் ஊற்றெடுக்கிறது. அது விசேசமான நபர்களின் விசேசமான சொத்தல்ல.

மாணவர்கள் வாசிக்கும்போது அவர்கள் குரல்களைக் கவனித்தார். முதலில் வாசித்த இருவர் நின்று கொண்டு புத்தகத்தைக் கையில் எடுத்து வாசித்தார்கள். அந்த வாசிப்பில் இயல்புத்தன்மை இல்லாமல் இருப்பதை அவர் கவனித்தார்.

அடுத்து வாசித்தவர்களை உட்கார்ந்தபடியே வாசிக்கச் சொன்னார். 'யார் முன்னாலோ நின்றுகொண்டு வாசிக்கிறோம்' என்ற அன்னிய உணர்வை இது கலைத்தது.

இருந்தாலும் வாசிப்பு திருப்திகரமாக இல்லை. எத்தனை அழகான குரல்கள். ஆனால் குரல்கள் ஒடுங்கியிருந்தன.

கற்பனை - விசேசமான நபர்களின் விசேசமான சொத்தல்ல. அது வரப்பிரசாதம் அல்ல. உண்மையான முயற்சிகளின்போது அது ஊற்றெடுக்கிறது. எல்லோரிடத்தும் ஊற்றெடுக்கிறது.

வகுப்பறை பறித்த அழகுகளில் ஒன்று 'குரல்'.

ஆசிரியரின் ஒற்றைக்குரல் முழக்கத்திற்கும், சில வேளைகளில் மாணவர்களின் யாந்திரீகமான கோரஸ் முழக்கத்திற்குமே வகுப்பறை பரிச்சயப்பட்டிருக்கிறது.

'வாசிப்பு ஒரு கலை' என்ற விவரம் வகுப்பறைக்குத் தெரியாது. அரைத் தூக்கத்தில் இருக்கும் மாணவனை 'வாசிடா' என்கிறார் ஆசிரியர். கவனம் சிதறி வெளியே பார்த்துக் கொண்டிருக்கும் மாணவனை 'வாசிடா' என்கிறார் ஆசிரியர்.

வகுப்பறையைப் பொறுத்தமட்டில் வாசிப்பு ஒரு தண்டனை. மாணவனைக் கையும் களவுமாகப் பிடிக்க ஒரு யுக்தி.

கருணாநிதியின் வசனமும், சிவாஜியின் குரலும் சந்தித்துக் கொண்டதைக் கலை உலகில் ஒரு திருப்புமுனை என்கிறார்கள். வகுப்பறையில் குரலுக்கும், கருத்துக்கும் இடையே மனஸ்தாபம்! மனப்பூர்வமான கைகுலுக்கல் இல்லை; உயிரோட்டமான சந்திப்பு இல்லை. ஒப்புக்கு 'ஹலோ' சொல்லிக் கொள்கின்றன - குரலும், கருத்தும்.

இது அநியாயம்!

குரல்களுக்கு விடுதலை கொடுக்க வேண்டும். வகுப்பறை குரல்களைப் பூட்டி வைத்து விட்டது. பூட்டுக்களை நொறுக்க வேண்டும்.

அரசியல் விடுதலை, பொருளாதார விடுதலை, பெண் விடுதலை என்று எத்தனையோ விடுதலைகள் பற்றி அய்யப்பராஜ் தொழிற்சங்கக் கூட்டங்களில் கேட்டிருக்கிறார்.

இப்போது அவர் குரல் விடுதலை பற்றிச் சிந்திக்கத் தொடங்கிவிட்டார்.

8

வாசிப்பு அய்யப்பராஜின் ஒவ்வொரு வகுப்பறையிலும் அவசியம் இடம் பெற ஆரம்பித்தது. வாசிக்கும்போது ஓட்டமாய் ஓடுவது ஒரு வழக்கமாக இருந்தது. தப்பித்தோம் பிழைத்தோம் என்று அந்த வாசிப்பு நிகழ்ந்து முடிந்தது. நிறுத்தி நிதானமாய் வாசிப்பதற்கு அய்யப்பராஜ் பயிற்சி கொடுத்தார்.

சந்திரனிடம் பகிர்ந்து கொண்ட போது "இது ஒரு விதத்தில் *Confidence Building* பயிற்சிதான். நல்லாச் செய்ங்க' என்று ஊக்கப் படுத்தினார்.

யாருக்குமே கேட்காதபடி உயிரற்ற குரலில் சிலர் வாசித்தனர். அவர்கள் வாசிப்பது வகுப்பு முழுக்கக் கேட்கும் வரை, திரும்பத் திரும்ப வாசிக்கச் சொன்னார். வாசிப்பில் தவறு நேரும்போது, பொறுமையாகத் திருத்தினார். பரிகாசச் சிரிப்புகளைப் பார்வையால் அடக்கினார்.

ராஜ்குமாரும் கல்பனாவும் வாசிக்கும்போது வேறுமாதிரியான சிக்கல்கள் தோன்றின. ராஜ்குமாருக்குப் பேச்சு திக்கும். இதன் காரணமாகப் பள்ளி வகுப்புகளில் வாசிப்பிலிருந்து சௌகர்யமாய்த் தப்பித்திருக்கிறான். இப்போது அய்யப்பராஜ் வாசிக்கச் சொன்னதும் தயங்கினான். பக்கத்தில் இருந்த நண்பன், 'இவனுக்குக் கொஞ்சம் திக்கும் சார்' என்று சொல்லி அவனைப் பாதுகாக்கப் பார்த்தான். அய்யப்பராஜ் 'சரி உட்காரு' என சொல்ல நினைத்தார். ஆனால், 'பரவாயில்லை! படி' என்றார். ராஜ்குமார் திணறித் திணறி வாசித்தான். ஊடே ஊடே வகுப்பறையில் சிரிப்பு. வாசித்து முடித்ததும் அவனிடம் ஓர் அவமான உணர்வு குடிகொண்டிருக்க வேண்டும். ஆசிரியர் அதைக் கவனித்தார்.

அடுத்து கல்பனா வாசிக்கும்போது வேறொரு பிரச்சினை. அந்தப் பெண்ணுக்கு மிகவும் சன்னமான கீச்சுக்குரல். கல்பனா ஒரு வரி வாசித்ததும் வகுப்பறை சிரித்தது. கல்பனாவுக்கு வேர்த்துக் கொட்டியது. அந்தக் கீச்சுக்குரல் நடுங்க வேறு ஆரம்பித்தது.

வகுப்பறைக்குக் கொண்டாட்டம். கடைசிப் பெஞ்சிலிருந்த மாணவன் கல்பனாவின் குரலை 'மிமிக்ரி' வேறு செய்ய ஆரம்பித்து விட்டான்.

சிரிப்புச் சத்தங்கள் மெல்லத் தேய்ந்து வகுப்பறை மௌனத்திற்கு வந்ததும் அய்யப்பராஜ் சொன்னார். "சக திறமைகளைப் பரிகாசம் செய்வது கேவலமான பண்பாடு!"

வகுப்பறை அமைதியில் உறைந்தது.

"எதையும் மன்னிக்கலாம். இதை மன்னிக்க முடியாது. சகோதரத் திறமைகளைக் கிண்டல் செய்வது சிறுபிள்ளைத்தனம். உங்களைப் பாராட்டி வளர்க்க யார் இருக்கிறார்கள். ஒருவருமில்லை கைவிடப்பட்டவர்கள் போல நீங்கள் இருக்கிறீர்கள். இந்த நேரத்தில் நாம் செய்ய வேண்டியது என்ன? நமக்கு நாமே வாய்ப்புகளை உருவாக்கிக் கொள்ள வேண்டும். ஒருவரை ஒருவர் பரஸ்பரம் தட்டிக் கொடுத்து வளர்க்க வேண்டும். கிண்டல் செய்யக் கூடாது." என்று உணர்வுப் பூர்வமாக அய்யப்பராஜ் சொன்னார். இந்த நியாயத்தை வகுப்பறை உணர்ந்தது. தொடர்ந்தார்.

"ராஜ்குமார் திக்கினான். அது பெரிய விசயமா? உங்கள் சகோதரன் அல்லவா அவன்? அவனுக்கு வாய்ப்புகளைக் கொடுத்து அவனுடைய உற்சாகத்தை வளர்ப்பது இந்த வகுப்பறையின் கடமை யல்லவா? அவனுடைய குறைகளை அவனுக்கு ஞாபகப்படுத்திக் கொண்டே இருந்து அவனை ஒடுக்கினால் இது வகுப்பறையல்ல. இது ஜெயில்.

நேசம் இருந்தால் குறைகள் தெரியாது. இது நேசமற்ற வகுப்பறையாக இருக்கிறது. அதனால்தான் குறைகளைக் கண்டால் சிரிக்கிறது.

கல்பனா குரல் மீது இளக்காரமா? அது கீச்சுக்குரல். ஆனால் அதுவும் அழகான குரல்தான். காந்தி, நேரு போன்ற தலைவர்கள் குரல் எல்லாம் மென்மையான குரல்கள்தான். கோடிக்கணக்கான ஜனங்கள் அந்தக் குரல்களின் ஆணைக்காகக் காத்துக் கிடந்தார்கள்.

எல்லாக் குரலும் சிம்மக்குரலாக இருந்தால் கேட்கச் சகிக்குமா? குரல்களில் பேதம் வேண்டும். பேதங்களைப் புரிந்து கொள்ளக் காதுகளும், ரசித்துப் பாராட்ட மனமும் வேண்டும். சரி! விமர்சனங்களை இத்துடன் நிறுத்துகிறேன்.

ராஜ்குமாருக்கும் கல்பனாவுக்கும் மீண்டும் ஒரு வாய்ப்பு தருவேன். இந்த வகுப்பறை அந்தக் குரல்களை மதிக்கிறதா என்று பார்ப்பேன். சரியா!" என்றார் அய்யப்பராஜ்.

வகுப்பு தலையாட்டியது. ராஜ்குமாரையும் கல்பனாவையும் மீண்டும் வாசிக்கச் சொன்னார். ராஜ்குமார், அதிக தடுமாற்ற மில்லாமலும் கல்பனா நடுங்காமலும் வாசித்து முடித்தார்கள். 'ஆகா! அருமை!' என்றார். 'மெல்ல கை தட்டுங்கள்' என்றார். எல்லோரும் கை தட்டினார்கள்.

அய்யப்பராஜ் ராஜ்குமார், கல்பனா முகங்களைப் பார்த்தார். அவை மலர்ந்திருந்தன. அவர் மனது நெகிழ்ந்தது.

ஒரு முகத்தை மலரச் செய்வது எப்படிப்பட்ட காரியம்! இந்த வகுப்பறை நினைத்தால் எத்தனை முகங்களை மலர வைக்கலாம்! மாணவர்கள் நன்றாக சிரத்தை எடுத்து வாசிக்கும் போதெல்லாம் மறக்காமல் 'குட்' சொன்னார். ஒரு 'குட்' டில் ஒரு முகத்தில் ஒரு பூ மலர்வதைப் பார்த்தார். மலரும் முகங்களைப் பார்ப்பதே பரவசம்!

அய்யப்பராஜ் போகப்போக வாசிப்பில் புதுமைகளைப் புகுத்தினார். ஒரு பாடலை ஒருவர் வாசிப்பது என்ற நிலையை மாற்றி ஒரு பாடலைப் பிரித்துப் பலர் வாசிக்க வைத்தார்.

அப்பரின் பாடல் ஒன்றின் ஒரு பகுதியை,
நாமார்க்கும் குடி அல்லோம்
நமனை அஞ்சோம்
நரகத்தில் இடர்ப்படோம்
நடலை அல்லோம்
ஏமாப்போம்
பிணி அறியோம்
பணிவோம் அல்லோம்
இன்பமே எந்நாளும்
துன்பம் இல்லை.

இப்படி ஒன்பது துண்டுகளாக உடைத்தார். வகுப்பு முழுவதும் பல கோணங்களில் இருந்து ஒன்பது மாணவ மாணவியர்களைத் தேர்ந்தெடுத்தார். ஒவ்வொருவருக்கும் ஒரு சின்னத்துண்டு. ஒன்பது பேரையும் ஒரு சின்ன இடைவெளி கூட இல்லாமல் ஒன்பது துண்டுகளையும் உரத்த குரலில் சொல்லுமாறு கூறினார். சில விநாடிகள் தான் எடுத்துக் கொண்டார்கள் மாணவர்கள். பாட்டு, ரத்தமும் சதையுமாய் உயிர்பெற்று எழுந்தது. சலிப்பூட்டும் ஒரு குரல் வாசிப்பு, மாணவர் கூட்டு வாசிப்பில் ஒரு நிகழ்கலை போலப் பரிணமித்ததைப் பார்த்தார். ஆசிரியர் மனது குதூகலித்தது.

ஆதிமூலத்தை வாசிப்பில் பங்கேற்க வைக்கலாம் என்று நினைத்தார்.

இன்று அவனைக் காணவில்லை.

வாசிப்பா? நாடகமா

ஒற்றைக்குரல் வாசிப்பு சலிப்பு!
கூட்டுவாசிப்பு கலை

9

காலை எழுந்ததில் இருந்து தாமதம். வேர்த்து விறுவிறுக்க கல்லூரிக்கு வந்தார் அய்யப்பராஜ். தமிழ்த்துறையின் அறையில் தாவரவியல் ஆசிரியை முருகேஸ்வரி இருந்தார். கவிதை எழுதும் பழக்கம் உள்ளவர். ஓய்வு நேரங்களில் தமிழ்த்துறைக்கு வருவார்.

"ஆதிமூலம்னு செகண்ட் பி.எஸ்சி பையன். அவனுடைய அப்பா இறந்து போயிட்டார். பசங்க எல்லாம் துக்கம் கேட்கப் போயிட்டாங்க. கிளாஸ் ஃப்ரீ! அதான் வந்தேன்." என்றார்.

"அப்படியா!" என்று திகைத்துக் கேட்டார் அய்யப்பராஜ்.

"ஆமா சார்! கறுப்பா வளத்தியா கடைசி பெஞ்சில இருப்பான். பாத்திருக்கீங்களா?" என்று அவனைப் பற்றி ஆசிரியை விவரித்தார்.

அவனோடுதான் தினமும் அக்கப்போர்! ஆனாலும் சரியாக ஞாபகம் வராதவர் போல முகத்தை வைத்துக் கொண்டார் அய்யப்பராஜ். முருகேஸ்வரி தொடர்ந்து சொன்னார்.

"ஆரம்பத்தில் அவனைக் கண்டாலே எரிச்சல் வரும். கேள்வி கேட்டா மரம் மாதிரி நிப்பான். முழி அந்த முழி! பெறகு ஒரு நா அவன டிபார்ட்மெண்டுக்குக் கூப்பிட்டு 'ஏன் இப்படி கிளாஸ்ல அசமந்தம் பிடிச்சுப் போயி ஒக்காந்திருக்க! ஒனக்கு எதுவும் பிரச்சினை இருக்கா? இருந்தா ஓங்க அம்மா மாதிரி நெனச்சு ஏங்கிட்ட சொல்லுப்பா! முடிஞ்சா தீத்து வைக்கிறேன்'னு சொன்னேன். அவ்வளவுதான் சார்! அவுங்க வீட்டு விஷயத்தைப் பூரா கொட்டினான்.

இவன் சின்னப் பயலா இருந்தப்பவே அவுங்க அம்மா செத்துட்டாங்களாம்! அப்பாவுக்கு நாலு வருசமா வாதநோயாம்! படுக்கைலதான் கெடப்பாராம். வீட்ல இவன் ஒருத்தன்தான் ஆம்பிளப்புள்ள. ரெண்டு அக்கா ஒரு தங்கச்சி.

அக்கா ரெண்டு பேருக்கும் கல்யாணம் முடிஞ்சிருச்சு. ஆனா ரெண்டு எடத்திலேயும் பிரச்சினை. அக்காமார்க வீட்டுக்கு வந்தாலே கதவப் பூட்டிக்கிட்டு அழுதுக்கிட்டுத்தான் இருப்போங்கிறான். தங்கச்சிய படிக்கப் போடல. வீட்டுவேலைகளக் கவனிக்க வீட்ல இருக்கட்டும்ணு சொல்லீட்டாராம் அப்பா. இப்ப பொண்ணு பாக்க வர்றவுங்க ஒரு எட்டாவது வரைக்காவது படிச்சிருக்க வேண்டாமான்னு கேக்கிறாங்களாம். 'எங்க வீடு ஒரு நரகம் மேடம்'னான். பாவம்! இப்ப அப்பாவும் போயாச்சு" என்று உச்சுக் கொட்டி முடித்தார் முருகேஸ்வரி.

முருகேஸ்வரியைக் கையெடுத்துக் கும்பிட வேண்டும் போல் இருந்தது அய்யப்பராஜுக்கு. தன் சொந்த விஷயங்களை மறைக்காமல் ஒரு மாணவன் சொல்ல வேண்டுமானால் இந்த ஆசிரியை மீது அவன் எவ்வளவு நம்பிக்கை வைத்திருக்க வேண்டும்?

வீட்டுக்குள் ஒரு பள்ளிக்கூடம் வேண்டும்; பள்ளிக்கூடத்துக்குள் ஒரு வீடு வேண்டும் என்றார் ஓர் அறிஞர். வீடு என்று அவர் குறிப்பிட்டது இதயத்தை. இதயமுள்ள இடமாகக் கல்விக் கூடத்தை மாற்றப் பெண் ஆசிரியர்களால் சுலபமாக முடிகிறது. அற்புதம்!

கல்லூரி முதல்வரிடம் பெர்மிஷன் பெற்றுக் கொண்டு ஆதிமூலத்தின் வீடு தேடிப் போனார் அய்யப்பராஜ். அண்ணா சிலைக்குப் பக்கத்தில், சிறிய சந்தில் அவன் வீடு இருந்தது.

வீட்டுக்கு முன் குவிந்திருந்த மாணவர்கள், அய்யப்பராஜைப் பார்த்ததும் 'டேய் சார், டேய் சார்!' என்று ஒருவருக்கொருவர் ஆச்சரியத்தை வெளிப்படுத்தினார்கள். ஓடிப்போய் ஒருவன் ஆதிமூலத்தைக் கொண்டு வந்தான்.

வீட்டுக்குள்
ஒரு பள்ளிக்கூடம்
வேண்டும்;
பள்ளிக்கூடத்துக்குள்
ஒரு வீடு வேண்டும்.
இதயமுள்ள வீடு!

நனைந்த கண்களுடன் ஆதிமூலம் ஆசிரியர் அருகில் வந்து தலைகுனிந்து நின்றான். 'எப்ப எறந்தாங்க?' என்று மெதுவாகக் கேட்டார் அய்யப்பராஜ். 'நேத்து ராத்திரி ரெண்டு மணிக்கு சார்!' என்றவன் சற்று இடைவெளி விட்டு 'நான் இனி என்ன செய்வேன் சார்' என்றான். ஆறுதலாக அவன் தோளில் கை வைத்தார் அய்யப்பராஜ். "இன்னிக்குத் தான் முருகேஸ்வரி கொஞ்சம் சொன்னாங்க. கவலைப்படாத. நாங்கள்லாம் இருக்கம்ல" என்று இதமாகச்சொன்னார். அவ்வளவுதான்! ஆதிமூலம் நிலைகுலைந்தான்.

அவர் நெஞ்சில் சாய்ந்தான். குமுறிக் குமுறி அழுதான். "கிறுக்கா! ஏன்டா! தைரியமா இருடா! எங்க பிள்ளை மாதிரித்தான்டா! விட்ருவோமாடா?" என்று அய்யப்பராஜ் தேற்றத் தேற்ற ஆதிமூலம் பொங்கிப் பொங்கிக் கண்ணீரைக் கொட்டினான்.

தன் நெஞ்சில் சரிந்து அவன் அழுது கொண்டிருந்தபோதே 'வகுப்பில் இவனுக்குரிய இடம் எது?' என்று அய்யப்பராஜ் சிந்திக்க ஆரம்பித்தார்.

10

நேரத்தைத் தேய்ப்பது என்ற நிலை இப்போது இல்லை. திரும்பி போர்டில் எழுதும்போது ரகசியமாய் வாட்சைப் பார்ப்பதும் இல்லை.

அய்யப்பராஜுக்கு ஒவ்வொரு வகுப்பறையும் ஒரு புது அனுபவமாக மாறத்தொடங்கியது. மர்மக்கதையின் திருப்பங்களைப் போல வகுப்பறையில் சுவாரஸ்யம் தோன்றியது.

முடிந்த அளவு, வழக்கமான வகுப்பறைத் தன்மைகளை மோதி உடைத்துப் பார்த்தார். மோதும்போது, துரு உதிர்வது மாதிரியும் இருக்கும். மறுநாளே துரு அப்பிக் கொண்டது போலவும் தெரியும். விக்கிரமாதித்தன் - வேதாளம் கதைதான்!

வகுப்பறைக்கு உயிரூட்டுவது ஒற்றை ஆள் செய்து முடிக்கிற காரியம் இல்லை என்பது அய்யப்பராஜுக்குப் புரிந்தது. அதற்கான சூழலும் மிக அவசியம். அதே நேரம், யாராவது ஒரு சிலராவது அந்தக் காரியத்தைத் தொடங்க வேண்டிய தேவையும் இருக்கிறது. கூட்டுமுயற்சி மலரும் வரை காத்திருக்க முடியாது.

வகுப்பறையை ஒரு கூட்டுச் சிந்தனையின் வடிவமாகக் கொண்டு வர வேண்டும் என்ற சத்தியத்தை அய்யப்பராஜ் கெட்டியாகப் பிடித்து முன்னேறி வருகிறார். வழியில் ஏராளமான மின்னல்களை இளம் மூளைகளில் பார்க்கிறார். அவர் முகத்திலும் வெளிச்சம் உண்டாகிறது.

புத்தகங்கள் படிப்பதில் சந்திரன் பசியடங்காத பெருந்தீனிக்காரர். அய்யப்பராஜ் நேர் எதிரி. ஆனால் இப்போது கொஞ்சம் படிக்கிறார்.

வகுப்பறை வெற்றி, வெறும் புத்திச்சாலித்தனத்துடன் இணைந்தது அல்ல. அது, உண்மையான அக்கறையுடன் சம்பந்தப் பட்டது. தேவையானது, மிக எளிய சாமார்த்தியம் மட்டுமே.

வகுப்பறையில் இதுவரை முகங்காட்டாத மாணவ மாணவிகள் வெளிப்படுவதற்காக அய்யப்பராஜ் ஒவ்வொரு வகுப்பறையிலும் காத்திருந்தார்.

தேர்வுத்தாளில் சிலர் வெளிப்பட்டனர். விவாதத்தில் சிலர்! வாசிப்பில் சிலர்; கவிதை படைப்பதில் சிலர்; பாட்டுப் பாடுவதில் சிலர்; திரும்பத் திரும்பச் சிலர். இன்னமும் வெளிப்படத் தயங்கி முகம் புதைத்தபடி வெறும் பார்வையாளர்களாகவே பலர்!

என்ன செய்ய? கல்வி - பொறுமையாக உருவாக்கும் பணி! ரன்களைக் குவிக்கும் கிரிக்கெட் விளையாட்டல்ல.

ஒருமுறை தம்முடைய கையெழுத்துக்கும் மாணவர் கையெழுத்துக்கும் இடையே பெரிய வித்தியாசத்தைப் பார்த்தார்.

அவருடைய கையெழுத்து கோழிக் கிறுக்கலாய் இருந்தது. மாணவ மாணவியர் சிலர் எழுத்து, லட்டு மாதிரி இருந்தது.

கரும்பலகையில் எழுதும் போட்டியை ஒரு வகுப்பில் நடத்தினார். வகுப்பு முழுவதையும் பங்கேற்க வைத்தார். முதல் சுற்றில் 20 பேர் தேறினார்கள். இரண்டாவது சுற்றில் காதுக்கும் வேலை வைத்தார். வேகவேகமாக அவர் சொல்வதை எழுத வேண்டும். இதில் 10 பேர் தேறினார்கள். கடைசிச் சுற்றில் 'தன்னம்பிக்கைப் பயிற்சி'யையும் இணைத்தார். கண்களைக் கட்டி போர்டில் எழுதச் சொன்னார். கடைசியாகத் தேறினவர்கள் ஜெயந்தியும் ராஜேந்திரனும். இவர்கள் இதற்கு முன் முகங்காட்டவில்லை. இந்தப் பயிற்சியில் வெளிப் பட்டார்கள். அன்று பூராவும் அய்யப்பராஜின் மனங்குளிர்ந்திருந்தது.

அகத்திணை இலக்கணத்தை விளையாட்டாக நடத்தும்போது இதுவரை எந்த நிகழ்ச்சியிலும் பங்கு பெறாத 15 பேரைத் தேர்ந்தெடுத்தார். 'காந்தம்- இரும்பு' விளையாட்டு என்றார். அது காலை நேரத்தின் கடைசி மணி. பசி பிடுங்கும் நேரம். கல்லூரி காலை 9.30 மணிக்குத் தொடங்கும். காலை 6.30 மணிக்கே வீட்டை விட்டுப் புறப்பட்டு, புறப்படும்போது கொஞ்சம் பழையது சாப்பிட்டு, நாலுகிலோ மீட்டர் நடந்து, பிறகு பஸ்ஸைப் பிடித்து, கல்லூரி வந்து சேர்ந்து, இப்போது மதியச்சாப்பாட்டுக்காகப் பசித்த வேங்கைகளாகக் காத்திருக்கும் கிராமத்து மாணவ மாணவிகளும் இந்த வகுப்பில் கணிசமாக உண்டு. அவர்களில் சிலரும் விளை யாட்டுக்குத் தேர்ந்தெடுக்கப்பட்டிருந்தனர்.

ஐந்து பேரை வகுப்பறையின் ஐந்து இடங்களில் நிறுத்தினார். அவர்கள் குறிஞ்சி, முல்லை, மருதம், நெய்தல், பாலை ஆனார்கள். இவர்கள்தான் 'காந்தம்' என்றார். பத்துப்பேரை மொத்தமாக வகுப்பறையின் மையப்பகுதியில் நிறுத்தி, இவர்கள் இரும்புத் துண்டுகள் என்றார்.

விளையாட்டு இதுதான். 'மகாலட்சுமி, தினை' என்று சொன்னால் அந்த மாணவி ஓடிப்போய்க் குறிஞ்சியின் அருகில் நிற்க வேண்டும்.

(திணை-குறிஞ்சியின் கருப்பொருள்) 'ராஜா, வருணன்' என்று சொன்னதும், அவன் ஓடிப்போய் நெய்தல் அருகே நிற்க வேண்டும் (நெய்தல் கடவுள்-வருணன்) மாறி நின்றால் அவுட். தயங்கித் தயங்கி முடிவெடுத்துப் போனாலும் அவுட். அகத்திணையின் முதல், கரு, உரிப்பொருள்களை விளக்க இந்த விளையாட்டு. விளையாட்டு சுறுசுறுப்பாக நடந்தது. மாணவர்கள் பசி மறந்தனர்.

மாணவிகள் கொலுசுச் சத்தத்தைச் சிதறிக்கொண்டும், மாணவர்கள் சிரித்துக்கொண்டும் வகுப்பறைக்குள் ஓடியபோது, வகுப்பறையின் ஆன்மா சிலிர்த்து நின்றது. இத்தனை நாள் அது உறைந்தல்லவா கிடந்தது!

வெடிப்பாகக் குதித்து விளையாடியவர்களில் ஒருவன் முத்துச்சாமி. முதல்முறையாக வகுப்பில் பிரகாசித்து நின்றான். முதல் வெற்றிகளைக் கண்டுபிடிக்கும்போதெல்லாம் மின்சார பல்பு கண்டுபிடித்த எடிசனைப்போல ஆகிவிடுகிறார் அய்யப்பராஜ்.

எந்த நிகழ்ச்சியிலும் விளையாட்டு, வேடிக்கையைச் சேர்த்து, வகுப்பறையின் இறுக்கத்தை நெகிழ்த்துவதில் அவர் குறியாக இருக்கிறார். வழக்கத்தில் இருந்து விலகுவது என்பதில் பிரக்ஞைப் பூர்வமாகச் செயல்பட்டு வருகிறார்.

'சங்க இலக்கிய வினாடிவினாப் போட்டி'க்குத் தேர்ந்தெடுக்கப் பட்ட பத்துபேரை ஐந்து குழுக்கள் ஆக்கும்போதும் ஒரு சிறு விளையாட்டுதான். பத்துத் துண்டுத்தாள்களில் ஒலிக்குறிப்புகளை எழுதிச் சுருட்டிப் போடுவார். சீட்டை எடுத்த மாணவர்கள் ஒலிக்குறிப்பை எழுப்பித் தம் குழு நண்பரைக் கண்டுபிடிக்க வேண்டும். இரண்டு "லொள்! லொள்!" ஒரு குழு! இரண்டு 'மியாவ்' ஒரு குழு! மாணவர்கள் ஒலிக்குறிப்பைக் கூச்சத்தோடு எழுப்பும் காட்சி மறக்க முடியாத இசை நிகழ்ச்சி!

இளைஞர்களை வைத்து இத்தகைய விளையாட்டுகளை நடத்தும்போது, சிறுசிறு அத்துமீறல்கள் தோன்றாதிருக்குமா? அப்போதெல்லாம் அய்யப்பராஜுக்குத் திரும்பப் பழைய முகம் வந்துவிடும். முரட்டு முகம்! இதைத் தவிர்ப்பது எப்படி? தொடர்ந்து யோசித்துக் கொண்டிருக்கிறார்.

வீட்டுக்குச் சென்றபோது வாசலில் ஆச்சர்யம் காத்திருந்தது. ஆதிமூலம் நின்று கொண்டிருந்தான். கையில் பை. பை நிறையத் தேங்காய். மொட்டை எடுத்திருந்ததால் முதலில் அடையாளம் தெரியவில்லை.

"என்னப்பா?" என்றார்.

இறுக்கம் நிகழ்வது மட்டுமல்ல;
இடைவெளிகளும் குறைகின்றன.

தங்கமீனா! காட்டாறு!
குமரேசன்! கூதிர் காலம்!
பெருமாள்! எருமை!
ராஜலட்சுமி! எயினன்!

"தோட்டத்தில் ஆறு தென்னைமரம் இருக்குசார்! நேத்து தேங்கா எறக்கினோம்" என்றான்.

அய்யப்பராஜ் நெளிந்தார். "ஏய்! எதுக்குப்பா! எங்க குடும்பம் சின்னக்குடும்பம்! இவ்வளவு தேங்கா எதுக்கு" என்றார்.

"இருக்கட்டும் சார்' என்று சொல்லிப் பையை வராண்டா அறையில் வைத்தான். புறப்பட்டான். அய்யப்பராஜ் அவன்கையைப் பற்றினார். "வா! காபி சாப்பிட்டுட்டுப் போ!" என்றார்.

மனைவி தற்செயலாய் எட்டிப் பார்த்தவர், "உள்ள வந்து உட்காருன்னேன். கேக்கலை, "என்று ஆதங்கப்பட்டு, "வாப்பா!" என்று கனிவாக அழைத்தார்.

ஆதிமூலம் கூசிக் கூசிக் காப்பி சாப்பிட்டான். வகுப்பறையில் அவன் அமரும் கோலத்தையும் அய்யப்பராஜ் நினைத்துப் பார்த்தார். 'என்னோட தகராறு பண்ண வந்தவன் மாதிரி தெரிந்தான். இப்பப் பாத்தா என் நட்புக்கு ஏங்கினவன் மாதிரி இருக்கான்!'

அவன் போனபிறகும் மனசு சமாதானம் ஆகவில்லை. "ஒரு திட்டத்தில் - வகுப்பறையை ஜெயிக்க வேண்டும் என்ற சாதுர்ய உணர்வுடன் நான் இவனை நெருங்கினேன். பதிலுக்கு இவன் ஆழ்ந்த அன்புடன் நெருங்குகிறான். நான் வசியக்காரன்! இவனோ அன்பன்! தொண்டன்!"

இந்த வித்தியாசங்களை மனத்துக்குள் புலம்பியதோடு நில்லாமல் மனைவியிடமும் பகிர்ந்து கொண்டார். சமீபகாலமாக இவர் நுட்பமான உணர்வுகளுக்கு ஆட்பட்டு வருவதை மனைவி கவனித்துக் கொண்டு தான் இருக்கிறார்.

இப்போது ஒரு அப்பளம் கொடுத்தாலும் "தேங்க்ஸ்" சொல்கிறார். 'ப்ளீஸ்', 'ஸாரி' போன்றவையும் வீட்டுக்குள் கேட்கின்றன.

வகுப்பறையில் செய்துவரும் மாற்றங்கள் வீட்டுக்குள்ளும் வேறு வடிவில் நுழைந்துள்ளன.

வாழ்க்கை பல தளங்களில் நடக்கிறது. ஒரு தளத்தில் ஏற்படும் மாற்றம் பிற தளங்களையும் சென்றடைவதுதான் உண்மையான ஜனநாயகம்.

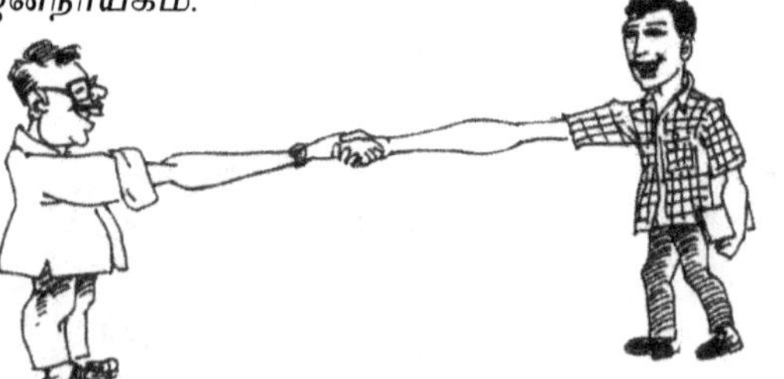

11

இந்தக் கம்ப்யூட்டர் யுகத்திலும் வார்த்தைகளின் முக்கியத்துவம் குறைந்து விடவில்லை.

தினசரி வாழ்க்கையில் காயப்படுத்தும் நிகழ்ச்சிகள் எதிர்ப்பட்ட வண்ணம் இருக்கின்றன.

குணப்படுத்தும் மருந்துகளாக வார்த்தைகளே இருக்கின்றன.

"வார்த்தைகளிலேயே சிறந்த வார்த்தை தோற்றவருக்கு ஆறுதல் அளிக்கும் வார்த்தை" என்று சமீபத்தில் ஒரு புத்தகத்தில் படித்திருந்தார் அய்யப்பராஜ். வாய்ப்பு கிடைக்கும்போது, மாணவர்களுக்கு வார்த்தைகளில் பயிற்சி கொடுக்க வேண்டும் என அய்யப்பராஜ் தீர்மானித்து வைத்தார்.

கடிதம் எழுதும் பயிற்சி, மாணவர்களுக்குப் பாடத்திட்டத்தில் இருந்தது. வேண்டுதல் கடிதம். விண்ணப்பக் கடிதம் எனப் பலவகைக் கடிதங்கள் எழுதும் பயிற்சியைப் போன வகுப்பில் ஆரம்பித்தார். இந்த வகுப்பில் முடித்துவிட்டார். இன்னும் ஓர் இருபது நிமிடம் சுளையாக இருந்தது.

ஒரு யோசனை வந்தது!" உங்கள் வார்த்தை ஆற்றலை வளர்க்க ஒரு பயிற்சி" என்றார்.

"இது பாடத்திட்டத்தைத் தாண்டி ஒரு கடிதம் எழுதும் பயிற்சி" என்று விளக்கினார். பிறகு தொடர்ந்தார்.

"ஊர்மிளாவுக்கு ஒரு கடிதம் என்பது பயிற்சியின் தலைப்பு. ஊர்மிளா யார் தெரியுமா? உங்கள் தோழி. அவளுக்குத் திருமணம் முடிந்துவிட்டது. கணவன் நல்லவன் இல்லை. கொஞ்சம் நூதனமான வில்லன். பார்த்த பார்வையில் கண்டுபிடிக்க முடியாது. அவள் தாய்வீட்டுக்குத் திரும்புகிறாள். அம்மாவும், அப்பாவும் அவர் ளுடைய அனுபவங்களில் இருந்து அவளுடைய பிரச்சினைக்குத்

தீர்வு சொல்கின்றனர். திரும்பி, கணவனிடமே போ என்கின்றனர்.

ஊர்மிளா திகைக்கிறாள். வாழ்க்கையைத் தொடர விருப்ப மில்லை. தற்கொலை செய்து கொள்வது என்று முடிவு எடுக்கிறாள். ஊர்மிளாவுக்கு ஒரு கடிதம் எழுதுங்கள். உங்கள் வார்த்தைகள் தற்கொலையிலிருந்து அவளைக் காக்கவேண்டும். எழுதுங்கள்" என்றார்.

மாணவிகள் சிலர் 'ஸ்ஸ்ஸ்' என்று சொல்லிக் கையை உதறினார்கள். 'வந்தால் பேசாமல் பாடம் நடத்திவிட்டுப் போக வேண்டியதுதானே! இதெல்லாம் எதற்கு?' என்பது இந்த உதறலின் அர்த்தம். ஆர்வம், பயம் இரண்டும் ஒரு நாணயத்தின் இரு பக்கங்களாக இருக்கின்றன. 'புதியது விரும்புவாய்; புதியதை அஞ்சுவாய்" என்று பாரதி சொன்னது மிகவும் சரி!

எழுதும் மாணவர்களை அய்யப்பராஜ் உற்றுக் கவனித்தார். சில மாணவர்கள் கொஞ்சம்கூட யோசிக்காமல் எழுத ஆரம்பித்து விட்டார்கள். பரீட்சையில் எது கேட்டாலும் எதையாவது எழுதிப் பழகிய கைகள்! நிறுத்த முடியாது. சிலர் யோசித்து எழுதினார்கள். வகுப்பில் சிந்தனை நிறைந்த அழகிய அமைதி. பார்ப்போம்! இந்தக் கடிதத்தில் வெளிப்படுவது யாரென்று?

மதிய உணவு வேளையில் கடிதங்களைப் படிக்க எடுத்தார். விடைத்தாள் திருத்துவது என்றால் அலுப்பாக இருக்கும். இந்தப் பயிற்சிகள் அப்படி அல்ல. ஒருவர் விடைபோல் மற்றவர் விடை இருக்காது. படிக்கச் சுவாரஸ்யமாக இருக்கும். ஏறக்குறைய பத்துப்பேர், கடிதமாக எழுதாமல் ஒரு கட்டுரைபோல எழுதி யிருந்தார்கள். புரிந்து கொள்வதில், ஒரு கணிசமான பகுதிக்கு எப்போதும் பிரச்சினை இருக்கிறது.

'நலம், நலமறிய அவா; நீ தற்கொலை செய்து கொள்ளப் போவதாய்க் கேள்விப்பட்டேன்' என அப்பாவித்தனமாக ஆரம்பித்த கடிதங்களும் இருந்தன.

'தற்கொலை கோழைத்தனம்! அஞ்சாதே! பொங்கி எழு!' என்ற வீராவேசம் சில கடிதங்களில் நிறைந்து இருந்தது.

'பெண்ணாகப் பிறந்தாலே கஷ்டப்பட்டுத்தானே ஆகணும்' என்ற தன்னிரக்கம் சில கடிதங்களில் ததும்பின.

அய்யப்பராஜுக்கு ஏமாற்றம் தொடர்ந்தது. வாசுகியின் கடிதத்தைப் படிக்கும் வரையில்.

வாசுகியின் கடிதம் 'டியர் ஊர்மி!' என்று செல்லமாக ஆரம்பித்து, இயல்பான பேச்சுத் தமிழில் தொடர்ந்தது.

"நல்லா இருக்கியா! நாங்க பரவாயில்லை. விளைச்சல் இந்த வருசமும் காலை வாரியாச்சு! அப்பா வழக்கம்போல் கணக்குப் போட்டுக்கிட்டே உக்காந்திருக்காரு. அம்மா உன்னப்பத்தி அடிக்கடி விசாரிப்பாங்க. உன்னப்பத்திப் பேச்சு வந்தாலே வீட்ல சந்தோசமும் வந்திருது.

ஊர்மி! நீ ஏதோ வருத்தமா இருக்கியாமே! ராதா சொன்னா. நான் ஒண்ணு சொல்றேன். கேக்குறியா! பரீட்சைக்குப் போறோம். போகும்போது பேனா கொண்டு போறோம். கொண்டுபோன பேனா எடக்குப் பண்ணுது. எழுத மாட்டேங்குது. உடனே பரீட்சை எழுதாமத் திரும்பி விடுவோமா? இன்னொரு பேனா கேட்டு வாங்கி எழுதத்தானே செய்வோம்? சாதாரண பரீட்சை விஷயத்தில் இப்படி முடிவு எடுக்கிறோம். அப்படின்னா வாழ்க்கை...?

யோசிச்சுப் பாரு! வாழ்க்கை எவ்வளவு பெரிய விஷயம்! அதை விட்டுவிடுவதா?

ஊர்மி! நீ ஏன் இன்னொருத்தரைத் தேர்ந்தெடுத்துக் கொண்டு புதுவாழ்வு தொடங்கக்கூடாது?

ஒரு தடவ வீட்டுக்கு வந்துபோ! நீ வந்தாலே வீடு நெறைஞ் சிருக்கும்!"

இப்படி இருந்தது கடிதம். யாரிந்த வாசுகி? யோசித்துப் பார்த்தாலும் முகம் பிடிபடவில்லை. வகுப்பில் சத்தமில்லாமல் இருந்திருக்கிறாள். இந்த ஒரு கடிதத்தில் புற்றுப் பாம்புபோல சரக்கென்று வெளிப்பட்டு விட்டாள்.

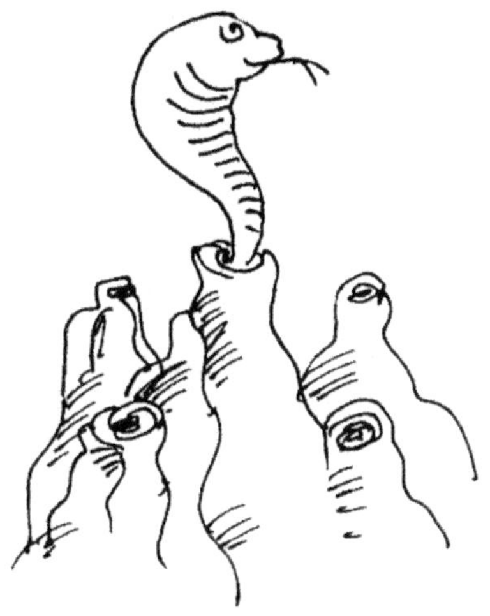

ஒவ்வொருவரும் வெளிப்பட ஒரு சந்தர்ப்பம் வேண்டும்! வெளிப்படும்போது காண்பதற்குக் கண்கள் வேண்டும்!

அய்யப்பராஜ் கூப்பிட்டு விட்டதும் திகிலும் கலவரமுமாய் வாசுகி வந்தாள். பக்கபலமாய் உடன் இரண்டு மாணவிகள். "கடிதம் நல்லா எழுதியிருக்கம்மா! சபாஷ்!" என்றார்.

'சபாஷ்' என்பது உடனடி வெளிச்சம். திகில் விலகியது.

மாலையில் மீண்டும் வாசுகி வந்தாள். ஒரு டைரியைக் கொடுத்தாள். 'என்ன?' என்று வினவிய போது, 'கவிதை எழுதி யிருக்கிறேன் சார்!' என்றாள்.

பாராட்டு மழையில் சில செடிகள் துளிர்த்து விடுகின்றன. துளிர்த்ததும் பொறுப்பு அதிகமாகத்தான் ஆகிறது. தொடர்ந்து கவனித்து வளர்க்க வேண்டும். இல்லாவிட்டால், முதலில் பெய்த மழை பயனற்றுப் போகும்.

வாசுகியின் டைரி முழுக்க, பகிர்ந்து கொள்ளப்படாத சந்தோஷமாய்க் கவிதைகள் ஒளிந்து கிடந்தன.

சுமாரான கவிதைகள் தான்! ஆனால் இப்போதைய முன்னுரிமை, விமர்சனம் அல்ல; அங்கீகாரமே!

சில கவிதைகளை டிக் செய்தார். "கவிதைகள் நல்லாருக்கு! நாளைக்கு நம் வகுப்பில் முதல் நிகழ்ச்சி உன் கவியரங்கம்! டிக் செய்த கவிதைகளை வாசி!" என்றார்.

ஆதிமூலத்தின் இடம் எது? என்ற கேள்விக்கும் விடை கிடைத்தது போலிருந்தது.

ஆதிமூலத்தைக் கூப்பிட்டு விட்டார்.

வகுப்பறை.. வகுப்பறை.. வகுப்பறை... வகுப்பறை...

12

இது மாணவர்கள் உருவாக்கிய வகுப்பறை. பெருமையாக இருந்தது. அதே நேரம், விசித்திரமாக, ஒரு தாழ்வு மனப்பான்மையும் அய்யப்பராஜை ஆட் கொண்டது. போர்டைப் பார்த்தார்.

கவியரங்கு

14.02.2003

கவிஞர் வாசுகி

கவிஞர் சங்கரேஸ்வரி

கவிஞர் ராஜவேல்

கவிஞர் ஆதிமூலம்

தலைமை : பேரா.பூ. அய்யப்பராஜ்

ராஜவேல் மிட்டாய்த் தட்டுடன் பவ்யமாக அவர் முன் நின்றான்! அய்யப்பராஜ் அவனை வேடிக்கையாகப் பார்த்தார். இவனை, முதல்வர் ரௌடி லிஸ்ட்டில் வைத்திருக்கிறார்.

இவனா ரௌடி? கைகட்டி நந்தனார் மாதிரி நிற்கிறான்!

இளமையில் தோன்றும் ஒழுங்கீனங்களைக் களைய 'தண்டனை'யை விட 'வாய்ப்பே' சரியாகப் பயனளிக்கிறது.

சிலருக்கு ஒரு வாய்ப்பு போதும். சிலருக்குத் திரும்பத்திரும்ப வாய்ப்புகளைக் கொடுத்துக் காத்திருக்க வேண்டும். குடும்பத்துக்கும் இதுதான் பாடம்; கல்விக்கூடத்துக்கும் இதுதான்!

ஆதிமூலத்திடம் நேற்று, "நாளைக்கு வகுப்பில் ஒரு கவியரங்கம் நடத்தலாம். ஏற்பாடு செய்! வாசுகியை வாசிக்கச் சொல்லி யிருக்கிறேன். வேறு யார் வாசிக்கிறார்கள் என்று கேட்டு போர்டில் எழுதிப்போடு" என்றார். ஆதிமூலம் சிரித்தமுகத்துடன் தலையாட்டினான். "நானும் வாசிக்கட்டுமா சார்!" என்று கேட்டான். "நீ இல்லாமலா!" என்று அவனைத் தட்டிக் கொடுத்தார்.

சொன்ன வேலையைக் கச்சிதமாகச் செய்து முடித்திருந்தான் ஆதிமூலம். ஒரு படி மேலேபோய்க் கொஞ்சம் காசு செலவளித்து மிட்டாய்த் தட்டுக்கும் ஏற்பாடு செய்து விட்டான்.

இன்னும் அவகாசம் கிடைத்திருந்தால், மாணவிகளை வாசலில் கோலம் போடச்செய்து, வகுப்பறைக்குள் தோரணம் கட்டியிருப்பான்.

கவிதை ஒரு திறமை என்றால் அதற்கு மேடை அமைத்துக் கொடுப்பது மற்றொரு திறமை.

கந்தர்வன் எழுதிய 'பூவுக்குக் கீழே' என்ற கதை அய்யப்பராஜ் நினைவுக்கு வந்தது. 'பூ' எல்லோர் கண்ணிலும் படுகிறது. 'பூ' அழகின் துணையாகிறது. பூவைப் பற்றி எத்தனை கவிதைகள்!

ஆனால் பூ என்பது தனிப்பட்ட விஷயமா? பூவுக்குக் கீழே செடி இருக்கிறது. செடியின் ஆதாரமாக வேர் இருக்கிறது. வேரைத் தாங்கி மண் இருக்கிறது.

இந்தக் கவியரங்க நிகழ்ச்சி ஏற்பாட்டில் ஆதிமூலம் வேராக நின்றான். அய்யப்பராஜ் என்ற மண்ணுக்குள், ஆதிமூலம் என்ற வேர்கள் இப்போது சுலபமாக உள் இறங்கின.

முதன்முதலாக நடந்த கவியரங்கம். வெளியே மழை வேறு. வாசிப்பும் சிறக்கவில்லை. அய்யப்பராஜின் தொகுப்புரையும் சிறக்கவில்லை. 'வாசுகியின் கவிதையில் இருந்த சொற்சிக்கனம் சங்கரேஸ்வரியின் கவிதையில் இல்லை' என்று ஒப்பிட்டுப் பேசிக் குற்றம் கண்டுபிடிக்கும் நக்கீரராக வேறு மாறி விட்டார்.

பேசி முடித்த பிறகு சோர்வாக இருந்தது. வளரும் திறமைகளை ஒப்பிட்டுப் பேசுவது குற்றம் அல்லவா? அற்புதமான கவியரங்க ஏற்பாட்டைக் கெடுத்தது தான்தான் என்ற குற்றஉணர்வு

அய்யப்பராஜைத் தொற்றிக் கொண்டது. இதற்குப் பரிகாரம் தேட வேண்டும்.

உடனே ஒரு வேண்டுகோள் வைத்தார். "நான்கு பேர் கவிதை வாசித்தார்கள். ஏன் நீங்கள் எல்லோரும் கவிதை எழுதக் கூடது? நானும் எழுதுகிறேன். தலைப்பு 'மழை'. நான்கு வரிகள் மட்டும் எழுதுங்கள்" என்றார். அவரும் கையில் ஒரு பேப்பரை எடுத்துக் கொண்டு எழுத ஆரம்பித்தார்.

ஆசிரியரும் தங்களோடு சேர்ந்து கவிதை எழுதுவதைப் பார்க்க மாணவர்க்கு உற்சாகம்! வெளியே நல்ல மழை! மாணவர்க்கு மட்டும் போட்டி வைத்து ஆசிரியர் நீதிபதியாக நின்று தீர்ப்பு கூறுவது செளகர்யமான வேலை. அவர்களோடு சேர்ந்து தானும் களத்தில் இறங்குவது சிக்கல்தான். சில நேரங்களில் ஆசிரியருக்கு டெபாசிட் போய்விடும். அய்யப்பராஜ் துணிந்து விட்டார்.

முதல்நாள் விட்ட கோட்டையை மறுநாள் பிடித்து விட்டார் அய்யப்பராஜ். மாணவர்கள் மழை பற்றி எழுதிய கவிதைத் தாள்களை எடுத்துக் கொண்டு வகுப்புக்கு வந்தார். கூடவே முருகேஸ்வரியையும் அழைத்து வந்தார்.

முருகேஸ்வரியை முதலில் கவிதை வாசிக்கச் சொன்னார்.

வீட்டுக்கு வீடு
விருந்தாளி நான்!
மரங்களை வெட்டினால்
மறைந்து போவேன்!

என்று தொடங்கி மழை பற்றி 20 வரிகளில் கவிதை வாசித்தார் பேராசிரியை. பலத்த கைத்தட்டல்! மகிழ்ச்சி வெள்ளத்தில் விடைபெற்றார் முருகேஸ்வரி.

பூக்கள் எல்லோருடைய
கண்ணிலும்படுகின்றன.
செடியாகவும், வேராகவும்,
மண்ணாகவும் அமைந்த
பல திறமைகள்
தாங்கள் கவனிக்கப்படும்
நாளுக்காகக் காத்திருக்கின்றன!

முன்னர் ஒரு முறை, மொழிபெயர்ப்பு வகுப்புக்குச் சந்திரனை அழைத்து வந்திருந்தார் அய்யப்பராஜ். வகுப்பு இப்படித்தான் களைகட்டியிருந்தது. "ஒரு ஆசிரியர் இடத்தில் இருவரைப் பார்த்தால் மாணவர்களுக்கு மகிழ்ச்சி வந்து விடுகிறது" என்றார் அய்யப்பராஜ். சந்திரன், "கொதக்கு! இதான்யா team teaching" என்றார். அய்யப்பராஜ் எடுக்கும் ஒவ்வொரு முயற்சிக்கும் சந்திரன் ஒரு பெயரைச் சூட்டிவிடுகிறார். அப்போதெல்லாம் அய்யப்பராஜ் நினைத்துக் கொள்வார். "இதெல்லாம் ஏற்கெனவே இருக்கு போல! நம்மதான் வழக்கம்போல லேட்!"

மாணவர்களின் கவிதைத் தாள்களைக் கொடுக்கும்போது தமக்குப் பிடிந்திருந்த கவிதைகளைப் பாராட்டி வாசித்துக் கொடுத்தார். இப்படி 10 கவிதைகளை வாசித்தார்.

ஏற்கனவே, கவிதை எழுதிய தாள்களிலேயே நல்ல வார்த்தை அல்லது நல்ல வரி தென்பட்டால் அடிக்கோடிட்டு 'நன்று' போட்டு வைத்திருந்தார். தனுஷ்கோடி எதை எழுதினாலும் அதில் 'காதல்' இல்லாமல் இருக்காது. 'மழைக்காதலியை இறுகத் தழுவினேன்' என்று எழுதிவிட்டுப் பயந்து கொண்டிருந்தான். ஆசிரியர் அதில் 'நன்று' போட்டு வைத்திருந்ததைப் பார்த்ததும் பெருமூச்சு விட்டான்.

அய்யப்பராஜ் மாணவர் எழுதிய கவிதைகளில் இரண்டை மறக்க முடியாத கவிதைகள் என்றார்.

ஒன்று உமாதேவி எழுதிய கவிதை.

மழையில்
நனைய.. நனைய..
என் நாக்கு
பேசியது.

"ஒவ்வொருவர் பேசுவதற்கும் ஒரு தருணம் வேண்டும். மழையில் நனைந்தபோது இந்தக் கவிஞரின் நாக்கு பேசியிருக்கிறது. இது இவருக்கு வாய்த்த தருணம்" என்று சொல்லிப் பாராட்டினார் அய்யப்பராஜ்.

மற்றொரு கவிதை ஜெயபிரகாஷ் எழுதிய கவிதை.

'இடி' அப்பா
இல்லை வீட்டில்!
தெருவில் குதித்தான்
மழையில் குளித்தான்.

"குடும்பத்தின் அடக்குமுறைக்கு எதிராக ஒலிக்கும் இக்குரலின் ப்ளஸ் பாயிண்ட் நகைச்சுவை!" என்றார் ஆசிரியர்.

உமாதேவிக்கும் ஜெயபிரகாஷ்க்கும் ஆளுக்கொரு பேனா பரிசளித்தார். கைதட்டல் அமர்க்களப்பட்டது. 'சார்! உங்க கவிதை!' என்று மாணவர்கள் மறக்காமல் கேட்டனர். அய்யப்பராஜைக் கூச்சம் பற்றிக் கொண்டது. சே! எத்தனை வயதுவரை இந்தக் கூச்சம் வந்து தொலையும்?

வாசித்தார்:
மாணவர்கள்
கவிஞர்களானார்கள்
காய்ந்த வகுப்பறையில்
கனமழை!

வகுப்பறை ஆர்ப்பரித்தது. இந்த மாதிரிச் சந்தர்ப்பங்களில் எல்லாம் விசில் அடித்துச் சந்தோசத்தைக் கொண்டாடித்தான் ராஜவேலுக்குப் பழக்கம். அது அவன் அடையாளமற்று இருந்த காலம். இப்போது வகுப்பறை கவிஞர் என்ற அடையாளத்தைக் கொடுத்து இருக்கிறது. அடையாளத்தைக் காப்பாற்ற வேண்டும். அது சரி! அடையாளம் என்பது என்ன? கிரீடமா? கைவிலங்கா?

13

கம்ப்யூட்டர் துறையில் பொறுப்பு மிக்க பதவி வகிக்கும் ஒருவரைக் கல்லூரிக்கு அழைத்து வந்திருந்தார்கள். அவரோடு நடந்த கலந்துரையாடல் நிகழ்ச்சிக்கு அய்யப்பராஜும் சென்றிருந்தார்.

அந்த நிகழ்ச்சி பெரும் பிரமிப்பூட்டியது. இடம் பிடிக்கும்வரை கம்ப்யூட்டர் கற்ற இளைஞர்கள் மேற்கொள்ளும் முயற்சிகளை யெல்லாம் வந்தவர் விரிவாகச் சொன்னார்.

வித்தியாசமான ஒரு ப்ராஜெக்ட்டைத் தேர்வு செய்வது, இரவும் பகலுமாக அதில் உழைப்பது, கற்பனையோடு அதை வடிவமைப்பது, எப்படியாவது ஒரு கம்பெனியில் நுழையப் பார்ப்பது, மிகக் குறைந்த சம்பளத்தில் அனுபவம் பெறுவது, பிறகு இரண்டு ஆண்டுகளில் பெரிய கம்பெனியில் இடம் பிடித்து 25000, 30000 என்று சம்பளம் பெறுவது என்று நவீன உலகுக்கு ஏற்றபடி தங்களைத் தகவமைத்து உயர்ந்த மாணவர்களைப் பற்றி உதாரணங்களுடன் சொல்லச் சொல்ல எல்லோரும் மூக்கில் விரலை வைத்துத்தான் கேட்டார்கள்.

இதனுன் ஒப்பிட்டுப் பார்த்தால் கலைவகுப்புகளில் மாணவர்களுக்குக் கிடைக்கும் பயிற்சி எவ்வளவு கம்மி! அநேகமாக நேரவிரயந்தான். சமூகத்தின் சவால்களைச் சந்திப்பதற்கு எந்த அளவு அவன் தயாரிக்கப்படுகிறான்?

வலுவற்ற பாடத்திட்டம்!

அக்கறையற்ற கற்பிக்கும் முறை!

கலை மாணவர்களைக் கரும்புச் சக்கைகளைப் போல வீதியில் தூக்கி வீசும் நிலை!

தான் செய்திருக்கிற முயற்சியெல்லாம் வளர்ச்சிப் பாதையில் ஒரு கடுகளவுதான் என்று அய்யப்பராஜுக்கு விளங்கியது.

அந்த நேரத்தில்தான் திருநெல்வேலிப் பல்கலைக்கழகத்தில் நடந்த திறமைத் திருவிழாவில் மாணவர்கள் நிகழ்த்திய சாதனைகளைப் பத்திரிகைகள் பாராட்டியிருந்தன. மாணவர்கள் குழுக்குழுவாகக் கிராமங்களுக்குப் போய்ப் பல சமூகப் பிரச்சினைகளை ஆராய்ந்து தீர்வு சொல்லியிருந்தார்கள்.

வீட்டை விட்டு ஓடி வந்து வீதியில் திரியும் சிறுவர்கள், கன்னியாகுமரியில் அலையும் மனநலங் குன்றியோர், குற்றாலம் அருகே ஒரு கிராமத்தில் நடக்கும் தகாத திருமணப் பந்தங்கள், சாலையோர டீக்கடைக்காரர்களின் பிரச்சினைகள், சிமெண்டுத் தொழிற்சாலைக்காகக் கிராமத்தின் நடுவே வெடி வைத்து வீடுகளில் விரிசல் உண்டாக்கும் கொடுமைகள், மீன் விற்கும் பெண்கள் சுமக்கும் குடும்பப் பாரம், சமத்துவபுரங்களின் வெற்றியும் தோல்வியும், வியாபாரிகளால் கடற்கரை மணல் பறிபோவது, திருநெல்வேலிக் கிராமங்களில் சாதிக் கலவரங்கள் என்று நூற்றுக்கணக்கான பிரச்சினைகளை அலசி ஆராய்ந்து வெளிக் கொண்டு வந்திருந்தார்கள்.

ஓடியாடிச் சாதிக்கும் ஆற்றலுடைய இளந்தலைமுறையைத்தான் உருப்படாத பாடத்திட்டத்தால் கட்டிப் போட்டு வைத்திருக்கிறோம்- காட்டு யானைகளைக் கோயில் யானைகளாக்கியது போல!

வகுப்பறையை, மாணவர்கள் வகுப்பறையாக மாற்றுவது குறித்து யோசித்த அய்யப்பராஜ், மிச்சமிருக்கும் பாடங்களை அவர்களையே நடத்தப் பயிற்சி அளித்து, தான் ஒத்தாசையாக அவர்கள் பின்னால் போவது என்ற முடிவுக்கு வந்தார்.

செமஸ்டர் முடியும் நேரம். மிச்சம் இருந்தவை 30 திருக்குறள் பாடல்களே. முப்பது பேர் இருந்த வகுப்பில் அந்த முயற்சியைத் தொடங்கினார். "ஆளுக்கொரு திருக்குறளை நடத்த வேண்டும். வெறும் பொழிப்புரை போதாது. திருக்குறள் கருத்தை விளக்க ஒரு உண்மைச் சம்பவம் அல்லது கதை சொல்ல வேண்டும். என்ன?" என்றார். மாணவர்கள் அரைமனதாகத் தலையாட்டினார்கள்.

தொடக்கம், மிக ஏமாற்றமாக இருந்தது. இரண்டு நிமிடம், மூன்று நிமிடத்திலேயே மாணவர்கள் திருக்குறள் நடத்தி முடித்தார்கள். எல்லாம் அவசரக் கோலமாக இருந்தது. கேள்விகள் கேட்கச் சொல்லிப் பார்த்தார். உப்புச்சப்பில்லாத கேள்விகளாய் வந்தன.

இருந்தாலும் நம்பிக்கையை விட்டுவிடாமல், ஒரு நிமிட இரு நிமிட உரைகளையும் உன்னிப்பாகக் கவனித்துப் பாராட்டினார்.

'சரவணன் சொன்ன உவமை சிறப்பாக இருந்தது' 'பிரச்சினையைச் சாந்தி புதிய கோணத்தில் பார்த்தார்!' என்று பாராட்டினார். அத்துடன் நிற்கவில்லை.

'உன் குரல் நடுங்காத குரல்' 'நீ நின்ற தோரணையில் ஒரு தலைமைப் பண்பு தெரிந்தது' 'சிரித்த முகத்துடன் நீ பாடம் நடத்தினாய்' என்று அவர்களின் உடலசைவு மொழிகளையும் கவனித்துப் பாராட்ட ஆரம்பித்தார்.

கவனிப்பது, பாடம் நடத்துவதைவிடக் கடினமான காரியமாக இருந்தது.

வகுப்பறை மெல்லச் சூடு பிடித்தது. புதிய புதிய கதைகளோடும் சம்பவங்களோடும் மாணவர்கள் வந்தனர். அய்யப்பராஜ் டைரி எடுத்து வந்து கதைகளைக் குறிக்க ஆரம்பித்தார்.

நரிக்குடியிலிருந்து வரும் பூங்கோதை 'முயற்சி'யை, விளக்குவதற்குச் சொன்ன கதையை டைரியில் எழுதும்போதே, மனத்திலும் எழுதிக் கொண்டார்.

பூங்கோதை சொன்னாள்:

"நம்மள்லாம் சாதாரணமானவங்க. நம்மால முடியாதுன்னு நெனக்கிறோம். அப்படியில்ல. நான் ஒரு கதை சொல்றேன். கேளுங்க. ஒரு ஊர்ல ஒரு சிட்டுக்குருவி இருந்துச்சாம். அது மரத்தில முட்டை இட்டு வைக்குமாம். அதை ஒரு பாம்பு வந்து தின்னுட்டுப் போயிருமாம். சிட்டுக்குருவி பாத்துச்சாம். இது சரிப்படாதுன்னு தெரிஞ்சிக்கிட்டு முட்டைகளைக் கொண்டுபோய்க் கடற்கரை மணல்ல புதைச்சி வச்சிச்சாம். அந்த முட்டைகளைக் கடல்அலை அடிச்சிட்டுப் போயிருச்சாம். இப்படிச் செஞ்சா எங்கதான் போறது? சிட்டுக்குருவி தன் குருவிக் கூட்டத்தைக் கூட்டி முறையிட்டுச்சாம். எல்லாக் குருவிகளுக்கும் இதே பிரச்சினைதான்! குருவிகள் ஒண்ணாச் சேந்து 'கடலே கடலே! எங்க முட்டைகள எங்க கிட்டயே திருப்பிக் கொடுத்திடு'ன்னு கெஞ்சிக் கேட்டுச்சுகளாம். கடலுக்கு அகம்பாவம்! இந்தக் குருவிகளுக்குப் பதில் சொல்றதான்னு பேசாம இருந்துச்சாம். குருவிகள் யோசிச்சுச்சாம். தன் கூட்டதைப் பூரா கூப்பிட்டுச்சாம்! ஆயிரம், லட்சம்னு குருவிகள் வந்து சேந்துச்சாம். குருவிகள் தங்களுடைய சின்ன றெக்கையால கடல் தண்ணிய எறைக்க ஆரம்பிச்சுச்சாம். முதல்ல கடலுக்கு இதப் பாத்துச் சிரிப்பு! ஆனா குருவிகள் விடல. விடாம எறைச்சுச்சாம்! கடல்தண்ணி வத்த ஆரம்பிச்சுச்சாம்..! நேரம் ஆக ஆக கடலுக்கே பயம் வந்திருச்சாம். 'குருவிகளே! இந்தாங்க! முட்டையை வச்சுக்கங்க!'ன்னு திருப்பிக் கொடுத்திடுச்சாம்.'

சிட்டுக்குருவிகளும் கடலும்

பிரம்மாண்டத்திற்கு எதிராக எளிய சக்திகளின் வெற்றியை நிலைநாட்டிய இக்கிராமத்துக்கதையை அய்யப்பராஜ் ஓகோ! என்று ரசித்துப் பாராட்டினார். அடுத்த செமஸ்டர் பூராவும் அவரை நம்பிக்கையுடன் இயக்க இந்த ஒரு கதை போதும்!

போகப் போகக் கேள்விகளும் வகுப்பறையில் சுடச்சுடப் பிறந்தன. 'அடக்கம் அமரருள் உய்க்கும்' என்ற பாட்டை எடுத்துக் கொண்டு, அடக்கத்தின் பெருமையைக் கிருஷ்ணவேணி விவரித்தபோது பிரபு குறுக்கிட்டான்.

"வழக்குரை காதை நடத்தும்போது சார் என்ன சொன்னாங்க? கண்ணகி அநீதியை எதிர்த்துப் புறப்பட்டதைப் பாராட்டலையா? அடங்கிக் கிடந்தா என்ன பெரிசா நடந்திருக்கும்? அடக்கம் தேவையே இல்லை" என்றான்.

அவனுக்கு ஆதரவாகச் சிலரும், அவளுக்கு ஆதரவாகச் சிலரும் பேசினார்கள்.

"அவ முதல்ல அடக்கமா இருந்ததுனாலதான் பின்னால பொங்கவும் முடிஞ்சிச்சு. அதத் தெரிஞ்சுக்கங்க முதல்ல" என்று சொல்லி விவாதத்தை நகர்த்தினாள் சையத் அலி பாத்திமா.

கடைசி ஐந்து நிமிடங்களில் மட்டும் அய்யப்பராஜ் பேசினார்.

"எல்லா நேரங்களுக்கும் பொருந்தக்கூடிய கருத்தென்று எதுவுமில்லை. அடக்கம் நல்லதுதான். ஆனால் அநியாயமாகக் கணவன் கொலை செய்யப்பட்ட போது அடக்கத்தை உதறிப் புறப்பட்டதுதான் சிறப்பு. அதேபோல, எல்லோருக்கும் பொருந்தக்கூடிய கருத்தும் எதுவுமில்லை. 'அடக்கம் தேவை' என்று சொல்லப்பட்ட கருத்து செல்வந்தர்களுக்குப் பொருந்தும். எல்லாத் துறைகளிலும் வளர்ந்து நிற்கிறவர்களுக்குப் பொருந்தும். உங்களைப் போல வளரும் திறமைகளுக்குப் பொருந்தாது. நீங்கள் எப்படியேனும் வெளிப்பட்டாக வேண்டும். முட்டையோட்டை உடைத்தால்தான் குஞ்சு வெளியே வரமுடியும். கட்டுப்பட்டுக் கிடந்தால் உயிர் அழியும்."

14

'**சு**வர்கள் இருக்கும் இடங்களில் கதவுகளை வையுங்கள்' என்ற பொன்மொழி அடிக்கடி இப்போது நினைவுக்கு வருகிறது.

வகுப்பறையின் சுவர்கள் பெரிய தடைகள்! சிறைச்சாலையின் கம்பி, ஆஸ்பத்திரியின் வாசனை - இரண்டும் வகுப்பறையின் சுவர்களுக்குள் இருக்கின்றன.

சின்ன விளையாட்டு நடத்தினாலும் வகுப்பறை போதவில்லை. வராண்டாவில் நடப்பவர்கள் விசித்திரமாய்ப் பார்ப்பது வேறு!

சுவரில்லாத வகுப்பறை வேண்டும். மாணவர்களை ஒரே இடத்தில் அறைந்து வைக்காத வகுப்பறை!

யோசிக்கவும், முடிவெடுக்கவும் அய்யப்பராஜ் அதிக காலம் செலவிட்டது இதில்தான்.

செமஸ்டர் முடிகிற கட்டத்தில் ஒரு ஞாயிற்றுக்கிழமையைச் 'சுவரில்லாத வகுப்பறைச் சந்திப்பு'க்குத் தேர்ந்தெடுத்தார். இடத்தைத் தேர்ந்தெடுக்கும் பொறுப்பை ஆதிமூலத்திடம் ஒப்படைத்தார்.

அவன்கல்லூரிக்குப்பக்கத்தில்இருக்கிறஅரசுபழப்பண்ணையைத் தேர்ந்தெடுத்து, அனுமதியும் பெற்று வந்தான்.

"சாப்பாடு கொண்டு வந்து விடுங்கள்; ஒன்றாக உட்கார்ந்து சாப்பிடுவோம். கூட்டாஞ்சோறு" என்றார் அய்யப்பராஜ்.

மாணவர்களுக்குச் சுற்றுலா மூடு வந்துவிட்டது. 'சுற்றுலா அல்ல; வகுப்பறை' என்று அய்யப்பராஜ் திரும்பத் திரும்ப நினைவுப் படுத்தினார்.

அதைரியப்படுத்துவார்கள் என்ற பயத்தில் யாரிடத்திலும் இந்த ஏற்பாடு குறித்து அவர் பகிர்ந்து கொள்ளவில்லை.

மாணவர்கள் பஸ் பிடித்து, பழப்பண்ணை வந்து, பிறகு நல்ல நிழல் மரம் தேடி அனைவரும் கூடும்போது காலை மணி பத்து.

காலை மடக்கி, காலை நீட்டி, மண்டி போட்டு - என்று ஒவ்வொரு விதமாக மாணவர்கள் அமர்ந்தார்கள்.

சுவரற்ற - வடிவமற்ற - சுதந்திரமான வகுப்பறை!

'இன்றைக்குப் பாடம் நாடகம்" என்றார் அய்யப்பராஜ்.

"சார்! புத்தகம் கொண்டு வரல" என்றார்கள் மாணவிகள் கோரஸாக.

"புத்தகமில்லாமலே படிக்கலாம். இது விடுதலை செய்யப்பட்ட வகுப்பறை" என்றார்.

புரியாமல் அவரையே அபூர்வமாகப் பார்த்தார்கள்.

"முதலில் உங்களை ஐந்து குழுக்களாகப் பிரிக்கிறேன். யார் யார் எந்தக் குழு என்று எனக்கே தெரியாது. உங்கள் குழுவை நீங்கள்தான் கண்டுபிடிக்க வேண்டும்" என்றார்.

"எப்படி சார்?" என்று சத்தமாகக் கேட்டாள் கனகவள்ளி. இப்போது சத்தமெல்லாம் உரத்து வருகிறது.

தம் கைப்பையில் இருந்து 40 துண்டுச் சீட்டுக்களை எடுத்தார். மாணவர்கள் முன்னால் போட்டார்.

"ஆளுக்கொரு சீட்டு எடுங்கள். எட்டுப்பேர் ஒரு குழு. எப்படிக் குழுவைக் கண்டுபிடிக்க வேண்டும் என்று சொல்லமாட்டேன். நீங்களாகக் கண்டு பிடிக்க வேண்டும். அவகாசம் ஐந்து நிமிடம்" என்றார்.

ஆளுக்கொரு சீட்டை எடுத்தார்கள். அவர்கள் பாடத்தில் இருந்த ஐந்து பாட்டுக்கள் சீட்டுக்களில் சிதறிக் கிடந்தன. குழுவைத் தேடினார்கள்.

'நீராரும் கடலுடுத்த' கையில் வைத்திருந்தவன் 'நிலமடந்தை'யைத் தேடினான். ஒரு கத்தல். 'எழிலொழுகும்' எங்கப்பா?

ஒரே சிரிப்பு. கூச்சல், ஓட்டம். அவர்கள் மீது கொஞ்சம் கொஞ்சம் ஒட்டிக் கிடந்த பழைய வகுப்பறையின் செங்கல், சிமெண்ட் எல்லாம் முற்றிலும் உதிர்ந்து விட்டன.

குளித்த குழந்தைகளைப்போலப் பரிசுத்தமாக நின்றார்கள் மாணவர்கள்.

ஐந்து குழுக்கள் தயாராய் நின்றன. வீட்டுக்குள் நடக்கும் ஐந்து சம்பவங்களைக் குழுவுக்கு ஒன்றாகக் கொடுத்து, நாடகமாக்கி வருமாறு அய்யப்பராஜ் சொன்னார். 'திட்டமிட 10 நிமிடம். இங்கு வந்து நடத்திக் காட்ட ஐந்து நிமிடம்' என்றார்.

வீட்டுக்குள் காலைநேரப் பரபரப்பு
சாப்பாட்டு நேரத்தில் வேண்டாத விருந்தாளி
டி.வி.சேனல்களை மாற்றுவதில் குடும்பத்தில் சண்டை
கடன்காரர்களைச் சமாளிக்கும் ஊதாரிக்குடும்பம்
அப்பாவுக்குப் போனஸ்; குடும்பத்தில் ஆளுக்கொரு ஆசை.

- என்பவை அவர் கொடுத்த சம்பவங்கள். "நாடகமா?" மாணவர்கள் மலைத்தார்கள். அய்யப்பராஜ் விளக்கினார். 'இது நாடகம் இல்லை. *role play.* அதாவது காட்சிப்படுத்தல். அவ்வளவு தான்."

மாணவர்கள் குழுக்களாகப் பிரிந்து இஷ்டப்பட்ட மரத்தடிக்குப் போய் ஒத்திகை பார்த்தனர். அவர்கள் ஆர்வமாக நாடக உருவாக்கத்தில் ஈடுபட்டிருப்பதைத் தூரத்தில் இருந்து அய்யப்பராஜ் கண் நிறையப் பார்த்தார். பார்த்தாரா? இல்லை பருகினார்.

ஒத்திகை முடிந்து சம்பவங்களைக் காட்சிப்படுத்தினர். புதிய ஆற்றல்கள் வெடித்து மலர்ந்தன. இவர்களுக்குள் எத்தனை வசனகர்த்தாக்கள்! இவர்களுக்குள் எத்தனை நகைச்சுவை நடிகர்கள்! குறிப்பாக அந்த உமாசங்கர்! பாத்திரத்திற்கு ஏற்றபடி பேசுகிறான். குழைகிறான். 'படைப்புத்திறன்' இவர்களை முழுமையாக வெளிப்படுத்துகிறது. மின்னிப் பிரகாசித்து விடுகிறார்கள்.

"காலை நேரப் பரபரப்பு"க் காட்சியில் அம்மாவாகப் பங்கேற்றுத் தத்ரூபமாக நடித்த லலிதா புஷ்பத்திடம் 'எங்க வீட்டம்மாவைப் பாத்துட்டு நடிக்கிற மாதிரி இருக்கே' என்று அய்யப்பராஜ் வினவ, 'ஒவ்வொரு வீட்லயும் இப்படித்தான் சார் இருக்கு' என்று சிரித்தபடி மாணவி பதில் அளித்தாள்.

இதுவரை வகுப்பில் ஒரு வார்த்தையும் பேசாதவள் பரக்கத் அலி பாத்திமா. டி.வி.சேனல் சண்டை நாடகத்தில், கையில் ஒரு கட்டையை எடுத்துக் கொண்டு 'மெட்டி ஒலி போடல, மண்டையப் பொளந்திடுவேன்' என்று கூவியபோது, அய்யப்பராஜ் சற்று திகைத்துத்தான் போனார்.

உண்மையில் இவர்கள் யார்?

தினசரி நான் பார்ப்பது யாரை?

நாடகம் நடித்ததோடு, பரஸ்பரம் பிற நாடகங்கள் குறித்த அபிப்பிராயங்களையும் பகிர்ந்து கொண்டார்கள். மணி 11.30 ஆனது. ஒரு டீ, வடை தன் சார்பில் மாணவர்களுக்குக் கொடுத்தார் அய்யப்பராஜ். ஆதிமூலமும், ராஜவேலுவும்தான் சைக்கிள் எடுத்து டவுனுக்குப் போய் இதையெல்லாம் சுமந்து வந்தார்கள். 'நிர்வாகப் பணிகளை' இவர்கள் இருவரும் ஒரு சலிப்பில்லாமல் செய்கிறார்கள்.

பாடப்பகுதியில் இருந்த நாடகத்தின் ஐந்து முக்கிய பகுதிகளை இதேபோல் நாடகமாக்குமாறு குழுக்களிடம் சொன்னார். சொன்னது தான் தாமதம். 'வாங்க! வாங்க!' என்று குழுக்கள் அடுத்த நாடகத்தை உருவாக்க ஓடின. களைப்பென்பதை அறியாதவர்கள் போல அவர்கள் இருந்தார்கள்.

மதியம் நெருக்கமாக அமர்ந்து அவர்கள் சாப்பிட்ட கூட்டாஞ்சோறு கல்யாண விருந்துக்கும் மேலே! அய்யப்பராஜின் தட்டைப் பலதினுசு சாதங்களால் மாணவர்கள் நிறைத்தனர். சாகுல்ஹமீது ஒரு பாத்திரம் நிறைய பிரியாணி கொண்டு வந்திருந்தான். ரம்ஜான் கொண்டாடும் சந்தோஷம் அவனுக்கு!

மதியம் வட்டமாக அமர்ந்தார்கள். "உங்களுடைய எதிர்காலத் திட்டம் பற்றிச் சொல்லுங்கள். ரமேஷ்! நீ ஆரம்பி" என்றார் அய்யப்பராஜ்.

பி.எட். படிப்பது, எம்.எஸ்.சி. படிப்பது, பி.எல்.படிப்பது, பி.எஸ்.சி. முடித்ததும் ஏதாவது வேலை வாங்குவது போன்ற சில திட்டங்களை அவர்கள் பகிர்ந்து கொண்டனர். சிலர் இன்னும் முடிவு பண்ணவில்லை என்றனர். சிலர் அவரிடமே திருப்பிக் கேட்டனர். "நான் எம்.சி.ஏ. பண்ணமுடியுமா சார்?"

சின்னப்பிள்ளைகள் விட்டெறிந்த கற்களைப் போல அவர்கள் திட்டங்கள் பக்கத்தில் பக்கத்திலேயே போய் விழுந்தன. பெருந்தொலைவு செல்லவில்லை.

அய்யப்பராஜ் மகன் ஏழாம் வகுப்பு படிக்கிறான். 'அண்ணா யுனிவர்சிடியில் E.C.E. படிக்கணும்டா' என்று இப்போதே தினசரி உருவேற்றிக் கொண்டிருக்கிறார். அவன் தன் சொந்தப் பிள்ளை. அப்படியானால் இவர்கள் யார்? இவர்களோடு தனக்கு இருப்பது வெறும் சம்பள உறவுதானா? இந்தக் கூட்டம், இந்த ஏற்பாடு எல்லாம் ஏமாற்றுதானா?

அய்யப்பராஜ் மனசாட்சியுள்ள மனிதர். "இவர்களின் எதிர்காலத் திட்டத்தில் இருந்து நான் ஒதுங்கி இருப்பது குற்றம். திட்டத்தை உருவாக்குவதில் எனக்கும் பங்கு இருக்கிறது. இனி இதுவும் என் கடமைதான்" என்று நினைத்துக் கொண்டார்.

கம்ப்யூட்டர் துறை வல்லுநர் பேசிய பேச்சு இன்னும் மறந்து போய் விடவில்லை. "மாணவர்கள் காலத்தோடு கைகோர்க்க வேண்டும். அதற்கு நாம் உதவ வேண்டும்" என்றார் அவர்.

'நவீன உலகப் போட்டிகளில் இருந்து என் மாணவர்கள் பத்து ஆண்டுகள் பின்தங்கி இருக்கிறார்களே! இப்படி அவர்கள் நின்றதற்கு

ஆசிரியரும்தானே ஒரு காரணம்!' என்ற அங்கலாய்ப்பு அய்யப்பராஜுக்குள் பிறந்தது.

ஆதிமூலத்தின் எதிர்காலத் திட்டம் அந்தச் சுதந்திரவகுப்பறையின் சிரிப்பையும், ஓட்டத்தையும் பிரேக் போட்டு நிறுத்தியது.

"என்னைப் பொறுத்தவரை இதுதான் என் கடைசி கிளாஸ். சார்கிட்ட ஏற்கனவே சொல்லிட்டேன். இப்ப ஓங்ககிட்ட சொல்றேன். குடும்பச் சூழ்நிலை. படிப்பை நிறுத்திட்டு சென்னைக்குப் போறேன். உறவினர் கடைல வேலைக்குச் சேந்திருக்கேன். பலசரக்குக்கடை. கரஸ்பாண்டன்ஸ் கோர்ஸ்ல சேந்து எப்பிடியாவது டிகிரி முடிச்சிருன்னு சார் சொன்னார். சாருக்கு என்னுடைய நன்றி. ஒங்க எல்லோருக்கும் வணக்கம். குட் பை.."

ஆதிமூலம் நிறுத்தி நிறுத்திக் கொஞ்சம்தான் பேசினான். கனத்த சூழ்நிலை அங்கு படிந்தது.

"ஆதிமூலத்தை வாழ்த்தி அனுப்புங்கள்" என்றார் அய்யப்பராஜ். ஆதிமூலத்தின் நட்புணர்வை மாணவர்கள் பாராட்ட, ஆதிமூலத்தை உடன்பிறவாச் சகோதரனாகக் கொண்டாடி மாணவி வாழ்த்தினாள்.

வகுப்பறையின் கனம் சற்று இளகியது.

வகுப்பறையை முடிக்க வேண்டிய நேரம் வந்துவிட்டது. மாலை மணி நான்கு. அய்யப்பராஜ் ஒரு வேண்டுகோள் வைத்தார்.

"என்னுடைய திட்டம் என்னன்னு நீங்க கேக்கல. இருந்தாலும் சொல்றேன். வகுப்பறையை ஒரு இயக்கமாக்குவதுதான் என் திட்டம். உங்கள் எதிர்காலத் திட்டங்களுக்கும், வெளிச்சமும் சக்தியும் கொடுக்க நிச்சயம் நான் முயற்சி செய்வேன். இந்த நேரத்தில் என் பணியை விருப்பு வெறுப்பில்லாமல் நீங்கள் மதிப்பிட்டுச் சொல்ல வேண்டும். ஒரு தாளில் என் சமீபகால முயற்சிகள் குறித்து உங்கள் அபிப்பிராயம், நீங்கள் காணும் குறைகள், மேலும் நான் சரியாக செயல்பட உங்கள் ஆலோசனைகள் எல்லாவற்றையும் மறைக்காமல் உள்ளது உள்ளபடி எழுதிக் கொடுங்கள். அடுத்து நீங்கள் மூன்றாமாண்டு செல்கிறீர்கள். தமிழ் வகுப்பில் இருக்க மாட்டீர்கள். தைரியமாக எழுதுங்கள்."

கல்வி என்பது....

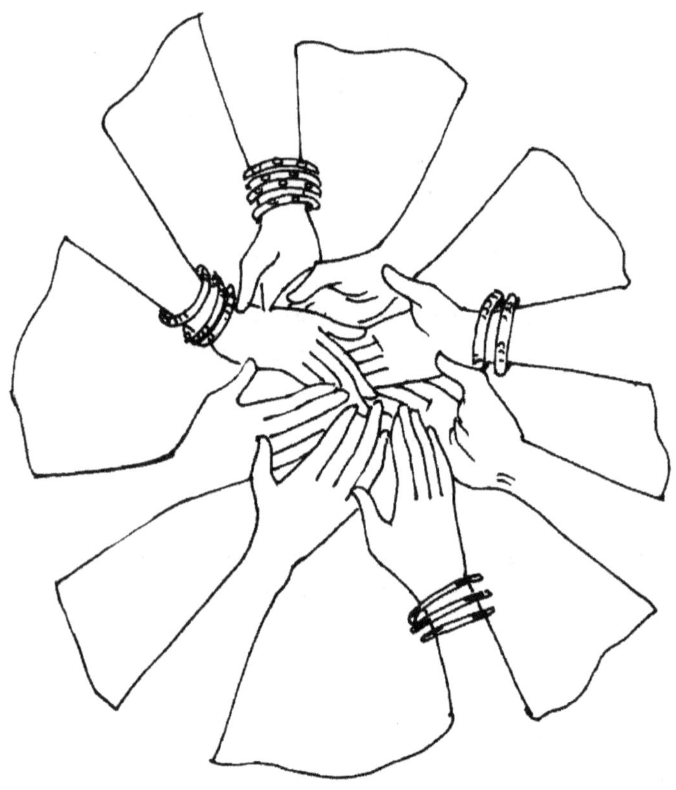

15

'**சு**தந்திர வகுப்பறை' அனுபவங்கள் இனித்தன.

வழகுகமாய்க் கல்லூரி முடிந்ததும் 'அவரவர் வீட்டுக்கு; அவரக் காயும் சோத்துக்கு' என்று மாணவர்கள் ஓடுவார்கள். இந்த வகுப்பறையைக் கலைத்த பிறகும் அவர்கள் நகரவில்லை. ஆங்காங்கே மரத்தடியில் நின்று பேசிக் கொண்டிருந்தார்கள். 'ம்! போகலாம்! ம் போகலாம்!' என்று அய்யப்பராஜ் கிளப்பிக் கொண்டே இருந்தார்.

இரவு தூங்கப் போகுமுன், மாணவரின் மதிப்பீடுகளை ஆர்வத்துடன் புரட்டினார்.

பலர் அய்யப்பராஜின் புதிய முயற்சிகளுக்கு மலர் தூவியிருந்தார்கள். சிலர் தவற விட்ட வாய்ப்புகள் குறித்து ஆதங்கப் பட்டிருந்தார்கள்.

"எனக்கு நன்றாக 'மிமிக்ரி' வரும். என்திறமையை வெளிப்படுத்த வகுப்பறையில் வாய்ப்பு கிடைக்காமல் போய்விட்டது."

"நிறையத் திரைப்படங்கள் பார்க்கிறேன். திரைப்படங்களை நன்றாக விமர்சனம் செய்வேன். டெக்னிக்கலாகவும் பேசத் தெரியும். திரைப்பட விமர்சனம் செய்ய உங்களிடம் வாய்ப்பு கேட்க வேண்டும் என்று நினைத்தேன். கடைசி வரை கேட்காமலேயே இருந்து விட்டேன்."

சிலர் தயங்காமல் விமர்சனத்தையும் முன் வைத்திருந்தனர். "உங்களால் நாங்கள் நிறையத் தடைகளைத் தாண்டிவிட்டோம், சார்! நீங்கள் தாண்டாத தடை ஒன்று இருக்கிறது. அது கோபம்!" என்றது ஒரு மதிப்பீடு.

'கோபம் வந்த உடனேயே தண்டனையும் அளித்து விடுகிறீர்கள். இதை நீங்கள் மாற்றிக் கொள்ள வேண்டும்' என ஒரு மாணவி அறிவுரையும் வழங்கியிருந்தாள்.

மாணவன் ஒருவன், ஒருபடி மேலே போய் "உங்கள் வகுப்பு புதுமையாக இருக்கிறது. ஆனால் சுதந்திரமாக இல்லை. கொஞ்சம் ஒழுங்கு தவறினாலும் பாய்ந்து விடுகிறீர்கள்" என அவரைக் கூண்டில் ஏற்றினான்.

அய்யப்பராஜ் புரிந்து கொண்டார். பாடத்தை எப்படி நடத்துகிறோம் என்பது முக்கியம்தான். ஆனால் அதைவிட முக்கியம் - மாணவர்களை எப்படி நடத்துகிறோம் என்பது!

சில மதிப்பீடுகள், கடிதங்கள் போலவும் கவிதைகள் போலவும் சுவைபட இருந்தன.

ஒரு மதிப்பீடு இப்படி இருந்தது...
முதலில் உன்னைக் கண்டு
மிரண்டேன்
பிறகுதான் தெரிந்தது
நீ எங்களின்
நெருங்கிய நண்பன் என்று!
இப்போது -
உன்னைப் பிரிய வருத்தம்!

படிக்கையில் மனது அப்படியே கரைந்து ஓடியது. இந்த உறவுகளுக்கு இணை எது?

சாப்பிட்ட பிறகு மெல்லுகிற வெற்றிலையைப் போல இந்த மதிப்பீடுகள் தன் பணியை நிறைவு செய்ததை அய்யப்பராஜ் உணர்ந்தார்.

இறுதியாக ஆதிமூலத்தின் மதிப்பீடு இருந்தது. சுருக்கமாக எழுதி இருந்தான்.
கையெடுத்துக் கும்பிட்டுக்
கண்ணீருடன் விடை பெறுகிறேன்
எங்கள்
அய்யப்பராஜுக்கு ஜே!

இது மதிப்பீடா? கடிதமா? கவிதையா? எல்லாந்தான்! திரும்பத் திரும்ப அவன் எழுதியதை அவர் எடுத்துப் படிக்கிறார்.

இதுவரை அவர் படித்த கவிதைகளிலேயே இதுதான் அவரைப் பிடித்து உலுக்கிய கவிதை! படிப்படியாக உருக்கிய கவிதை!

மாணவர்களிடம் கற்போம்.....

புத்தகங்களில்
எத்தனை கற்ற ஆசிரியரிடமும்
மாணவரிடம்
கற்க வேண்டிய அனுபவம்
எப்போதும் பாக்கி இருக்கிறது,
தீராத கடன் போல!

மாணவர்களிடம் கற்போம்.. மாணவர்களிடம் கற்போம்.. மாணவர்களிடம் கற்போம்...

யாருக்குப் பாராட்டு?

40 பேர் கொண்ட வகுப்பறை அது.

மாணவ-மாணவியர் சமஎண்ணிக்கையில் இருந்தனர். கடிதம் எழுதுவதற்கான பயிற்சி வகுப்பு அது. பாராட்டுக் கடிதம் எழுதுவதுதான் அன்றைய திட்டம்.

யாராவது ஒருவரைப் பாராட்டிக் கடிதம் எழுதச் சொல்ல வேண்டும். ஒற்றை வாய்ப்பின் மீது எனக்கு எப்போழுதும் நம்பிக்கை இல்லை. அது ஒரு வகையில் திணிப்புதான். பாராட்டுக் கடிதம் எழுத மூன்று வாய்ப்புகளை உருவாக்கினேன்.

*   கள்ளச்சாராயக் கும்பலைக் காவல்துறையிடம்

    அடையாளம் காட்டிப் பிடித்துக் கொடுத்த இளைஞன்.

*   கண் தெரியாத ஏழைப் பெண்ணைத்

    திருமணம் செய்த பட்டதாரி இளைஞன்.

*   கிராமத்தில் தேங்கிக் கிடந்த சாக்கடையை

    நண்பர்களைத் திரட்டிச் சுத்தம் செய்து

    பொதுத் தொண்டு புரிந்த இளைஞன்.

என்று மூன்று இளைஞர்களை அவர்கள் முன் நிறுத்தினேன்.

இவர்களில் உங்களுக்குப் பிடித்த ஒருவருக்குப் பாராட்டுக் கடிதம் ஒன்று எழுதுங்கள் என்று மாணவர்களுக்குச் சொன்னேன்.

இந்தப் பயிற்சியை மாணவர்கள் புன்னகையுடன் அங்கீகரித் தார்கள். பிறகு ஆழ்ந்த சிந்தனையுடன் கடிதம் எழுதினார்கள். மூச்சு விடும் சத்தம் கூடக் கிடையாது. அந்த நேரங்களில் வகுப்பறையைப் பார்க்க வேண்டுமே! என்ன ரம்மியமான காட்சி!

சில கடிதங்களை வாசிக்கச் சொல்லிக் கேட்டேன். எனக்குள் ஓர் ஆர்வம் முளைத்தது. யாருடைய செயல் மாணவ மாணவிகளை

கவர்ந்திருக்கிறது என்று அறிவதற்கான ஆர்வம்! மாணவர்கள் செய்திருக்கிற தேர்வின் வழி அவர்களின் மனவுலகங்களை அறிந்து கொள்ள முயன்றேன்.

பின்வருமாறு மாணவர்கள் தேர்வு செய்திருந்தார்கள்.

கண் தெரியாத ஏழைப் பெண்ணுக்கு
வாழ்வு கொடுத்தவன்   -   19 பேர்.

கள்ளச்சாராயக் கும்பலைப்
பிடிக்க உதவியவன்   -   15 பேர்.

சாக்கடையைச் சுத்தம் செய்தவன்   -   6 பேர்.

தேர்வுக்கான காரணங்களை வகுப்பறையிலேயே அலசினேன். பாராட்டின் எண்ணிக்கையில் வித்தியாசம் இருக்கிறது. ஆனால் மூன்று இளைஞர்களுமே மாணவர்களால் பாராட்டப் பட்டிருக்கிறார்கள். யாரும் விடுபடவில்லை. இந்த உண்மை, மாணவர்கள் மந்தை இல்லை என்பதை உணர்த்திற்று. அது மட்டுமல்ல. ஒவ்வொரு நல்ல செயலையும் யாராவது சிலர் கவனிக்கத்தான் செய்கிறார்கள் என்ற மெல்லிய தத்துவ ஞானமும் இந்த உண்மைக்குப் பின்னால் வெளிப்பட்டு எனக்குக் கூடுதல் மகிழ்ச்சியை நல்கியது.

பாராட்டுக்கள் எண்ணிக்கையில் வித்தியாசம் ஏன்? வகுப்பறை விவாதத்தில் எனக்குக் கிடைத்த விளக்கங்கள்:

சாக்கடைச் சுத்தம் ஒரு கூட்டு முயற்சி என்ற அளவில் சிலரிடம் அங்கீகாரம் பெற்றுள்ளது. ஆனால் மாணவர் பார்வையில் அதனுள் வீரதீர சாகசங்கள் ஏதும் தென்படாமையால், அங்கீகாரம் குறைவாகத் தான் கிடைத்துள்ளது.

சாராயக் கும்பலைக் காட்டிக் கொடுத்த இளைஞனின் தைரியம் கணிசமானவர்களின் பாராட்டைப் பெற்றிருக்கிறது. தைரியத்தின்பால் ஏற்பட்ட மரியாதை நியாயமானதுதான்.

ஏறக்குறைய பாதி வகுப்பால் பாராட்டப்பட்டவன் கண் தெரியாத பெண்ணைத் திருமணம் முடித்தவன். இந்தச் செயலில் தைரியத்தையும் மனித நேயத்தையும் ஒருங்கே பார்த்தார்கள் மாணவர்கள். இவனுக்கு எழுதப்பட்ட கடிதங்களில் எல்லாம் மனநெகிழ்ச்சியடைந்த வார்த்தைகள் இடம் பெற்றிருந்தன.

வகுப்பு சுவாரஸ்யமாகக் கழிந்தது. வகுப்பை விட்டு வெளியேறும் போது திருப்தியாக இருந்தது. லேசான கர்வம் கூட மண்டைக்குள் கனத்தது.

வராண்டாவில் கொஞ்ச தூரம் போயிருப்பேன். "சார்! சார்!" என்ற கூட்டுக் குரல்கள் என்னை நிறுத்தின. மூன்று மாணவிகள் என்னைத் துரத்தி வந்தார்கள்.

ஏன்?... பேனா, புத்தகம், கண்ணாடி எதையாவது மறந்து வைத்து விட்டேனா? என்று குழம்பினேன். அப்போதும்கூட மாணவர்கள்தானே வருவார்கள்? மாணவிகள் வந்ததில்லையே!

பக்கத்தில் வந்ததும், "என்ன?" என்று கேட்டேன். ஒருவர் மற்றொருவர் முகத்தைப் பார்த்தபடி தயங்கி நின்றனர். 'சொல்லுடி' என்று ஒரு மாணவி இன்னொரு மாணவியைச் செல்லமாகத் தட்டினாள்.

உடனே அந்த மாணவி ஆள்காட்டி விரலைக் காட்டிக் கொண்டு என்னிடம் கேட்டாள் :

"நீங்க சொன்ன மூணு பேருமே ஆண்கள் சார்! பாராட்டுக்கு ஒரு பெண்ணையாவது சேர்த்திருக்கலாம்ல சார்!"

ஒரு கேள்வி அடுத்த கேள்விக்கான தைரியத்தைக் கொடுக்கிறது. உடனே அடுத்த மாணவி கேட்டாள்:

"பெண்களும் இந்த மாதிரி நல்ல காரியங்கள் செய்யத்தானே சார் செய்வாங்க!"

மூன்றாவது மாணவி ஏதும் சொல்லாமல் என் முகமாற்றத்தைக் கவனித்துக்கொண்டிருந்தாள். எங்களுக்கென்ன சமாளிக்கத் தெரியாதா? "வெரிகுட்! வெரிகுட்!" என்று அவர்களைப் பாராட்டி என் அசடு வழிந்த முகத்தை மறைத்தேன்.

சற்றுமுன் கனத்த கர்வம் உடைந்து மனம் அவமானப்பட்டு நின்றது. கவனித்துப் பார்த்தால், ஆசிரியருக்கு உள்ளேயும் ஓர் ஆண்தானே உட்கார்ந்திருக்கிறான் என்ற உண்மையை உணர்ந்ததால் ஏற்பட்ட அவமானம் அது.

வகுப்பறை.. வகுப்பறை.. வகுப்பறை... வகுப்பறை...

எங்களுக்கு என்ன வழி?

வழி கேட்டு வழிகேட்டு, எங்கள் கல்லூரி மாணவிகள் முகாமிட்டிருந்த என்.எஸ்.எஸ். கேம்ப் போய்ச் சேர்ந்தேன். உடலுழைப்பு கூடியிருந்த போதும் மாணவிகள் உற்சாகமாக இருந்தனர். 'வகுப்பறை பீதி' இல்லாதது ஒரு காரணமாக இருக்கலாம்!

மாணவிகள் முகாமுக்கு என்று ஒரு பிரத்தியேகப் பிரச்சினை உண்டு. அதை ஏற்கனவே அறிந்திருந்தேன். மாணவிகள் பொறுமையாகக் கேட்பார்கள். அதனால் கருத்தாளர்கள் பேசித் தள்ளி விடுவார்கள்.

திருநெல்வேலியில் ஒரு முகாமில் ஆசிரியை ஒருவர் அழாக்குறையாகச் சொன்னார். "மாணவரும் மதநல்லிணக்கமும் என்ற தலைப்பில் இரண்டரை மணி நேரம் பேசிட்டுப் போறார் சார்!". எனவே அன்றைக்கு நான் பயந்து பயந்து பேசி சீக்கிரம் முடித்தேன். அதே ஆசிரியை "சீக்கிரம் முடிச்சிட்டீங்க சார்!" என்றார். அது குறையல்ல; பாராட்டு என்று எனக்குப் புரியும்.

எங்கள் கல்லூரி என்.எஸ்.எஸ். முகாமுக்குப் போகும்போது சொற்பொழிவுக்குள் இறங்கி விடக்கூடாது என்று எனக்கு நானே எச்சரித்துக் கொண்டு போனேன்.

கலந்துரையாடல் வடிவத்தைத் தேர்ந்தெடுத்தேன்.

தலைப்பு : 'வீடு-வகுப்பறை-என்.எஸ்.எஸ். முகாம்' என்பது. மூன்றையும் ஒப்பிட்டு ஒவ்வொன்றின் சிறப்புகளையும் குறைகளையும் மாணவிகள் ஆராய்ந்தார்கள்.

'பரிவும் பாதுகாப்பும்' வீட்டின் சிறப்புகள்; 'நட்பும் அறிவுத் தேடலும்' வகுப்பறையின் சிறப்புகள்: 'சுதந்திரமும், புதிய அனுபவமும் என்.எஸ்.எஸ்.ஸின் சிறப்புக்கள் - இவ்வாறு மாணவிகள் சிறப்புகளைப் பட்டியலிட்டார்கள்.

குறைகளைப்பட்டியலிட ஆரம்பிக்கும்போது கலந்துரையாடலில் பங்கேற்பு அதிகரித்தது. கூட இருந்த என்.எஸ்.எஸ்.திட்ட அலுவலரும் மாணவிகளை நட்புடன் ஊக்குவித்தார்.

என்.எஸ்.எஸ். முகாம் மீதும் குறைகள் இருந்தன. வசதிக்குறைவு, வகுப்பறையை நினைவுபடுத்தும் சொற்பொழிவுகள், மக்களின் ஒத்துழைப்பின்மை - என்பன போன்ற குறைகளை மாணவிகள் சுட்டிக் காட்டினர்.

வீட்டையும், வகுப்பறையையும் விமர்சிக்கும்போது மாணவிகளிடம் கொஞ்சம் படபடப்பு தென்பட்டது.

சுதந்திரமின்மை, பிள்ளைகளின் ஆற்றல் அறியாமை, பிள்ளைகளின் முடிவுகளின் மீது அதீத தலையீடு... போன்ற குறைகளை அவர்கள் வீட்டில் உணர்ந்தனர்.

'வகுப்பறை' பற்றி அவர்கள் சொல்லப் போவதைக் கேட்க நான் ஆவலாயிருந்தேன்.

'சலிப்பு' என்பது எல்லோரும் உணர்ந்த விஷயமாக இருந்தது.

'பாரபட்சம்' என்று சொன்ன மாணவி, 'ஒரு சிலரையே திரும்பத் திரும்பப் பாராட்டுறாங்க!' என்று விளக்கினாள். முதலில், என்னைச் சங்கடப்படுத்தி விடாத வார்த்தைகளாகத் தேர்ந்தெடுத்துச் சொல்லி வந்த மாணவிகள் படிப்படியாக வார்த்தைகளைக் கூர்மைப் படுத்தினர்.

அடக்குமுறை, சர்வாதிகாரம் போன்ற வார்த்தைகளும் என் முன்னே விழுந்தன. இவ்வாறு சொன்ன மாணவிகள் விஞ்ஞானம் படிப்பவர்கள் என்பது குறிப்பிடத்தக்கது. இறுதியாக ஒரு மாணவி நான் சற்றும் எதிர்பாராத கேள்வியைக் கேட்டாள்.

"டீச்சர்ஸ் எங்களைப் பலவிதத்தில் கரெட்க் பண்றாங்க. ரைட் சார். ஆனா நாங்க டீச்சரை கரெக்ட் பண்ண என்ன சார் வழி இருக்கு?"

இந்த கேள்வியும் கேள்விக்குப் பதிலும் இதுவரைநான் பங்கேற்ற இடங்களில் விவாதிக்கப்படவில்லை. ஆசிரியர் கூட்டம்,

துறைக்கூட்டம், துறைத் தலைவர்கள் கூட்டம் தொழிற்சங்கக் கூட்டம்! ஊஹூம். ஒரு இடத்திலும் இந்தக் கேள்வி எழவில்லை. எனவே, என்னிடம் உடனடியாகப் பதிலும் இல்லை.

அந்த மாணவி தொடர்ந்தாள்:

"சார்! நாங்க யாரையும் புண்படுத்தி கரெக்ட் பண்ண விரும்பல. நீங்க பாடம் நடத்துற முறையை இன்னும் கொஞ்சம் மாத்துனா நல்லது சார்! மாணவர்களை நீங்க இன்னும் கொஞ்சம் மரியாதையா பிரியமா நடத்தணும் சார்! இப்படிச் சுமுகமாய்ப் பேசி கரெக்ட் பண்றதுக்காவது வழி இருக்கான்னு சொல்லுங்க சார்! நாங்க கரெக்ட் பண்ண முயற்சி பண்ணுனா ஆசிரியர்கள் ஏத்துக்குவாங்களா சார்!" (பின்னாலிருந்து "தாங்குவாங்களா?" என்று கிண்டல்).

மாணவிகளின் மௌனப் பண்பாட்டை உடைத்து அவர்களை இயல்பாக, சரளமாகப் பேச வைக்க வேண்டும் என்று கங்கணம் கட்டி வந்தவன் - நானே இறுதியில் மௌனத்தில் உறைந்தேன்.

இவர்கள் கேட்க வேண்டிய கேள்விகள் இன்னும் என்னென்ன பாக்கி இருக்கின்றனவோ?

இந்தக் கேள்வி என் கைக்கு வந்து பல மாதங்கள் ஆகின்றன. புரியாத விடுகதை ஒன்றை வைத்துக் கொண்டு விடை தேடி ஊர் ஊராக அலையும் நாட்டுப்புறக் கதை மாந்தரைப் போல இந்தக் கேள்வியோடு நானும் திரிகிறேன்..

நீங்க மட்டும் சொல்லிட்டுப் போறீங்களா?

பொதுவாக மாணவர்கள், வகுப்பறையை ஆசிரியரின் வகுப்பறையாகத்தான் பார்க்கிறார்கள். 'தங்கள் வகுப்பறை' யாகப் பார்க்கவில்லை. இந்தச் சொந்தம் விட்டுப் போயிருப்பது ஏன் என்பதற்கான காரணங்களைத் தொகுத்துக் கொண்டிருந்தபோது தனவேலின் அனுபவம் புதிய விளக்கமாகத் தெரிந்தது.

தனவேல் சமூக அக்கறையுள்ள கல்லூரி ஆசிரியர். விட்டு விலகாத ஆசிரியர் சங்க உறுப்பினர். நுண்ணுணர்வு சற்று அதிகம். அதன் காரணமாய் அடிக்கடி மனப்புண்பட்டவர்.

ஒரு மாணவனோடு அவருக்கு நேர்ந்த அனுபவம் நாமெல்லாம் கவனிக்கத்தக்கது. அந்த அனுபவம் இது!

தாமதமாக ஒரு மாணவன் வந்தான். தனவேல் பாடம் நடத்தத் தொடங்கி 15 நிமிடம் ஆகியிருந்தது. தாமதத்திற்கு அவன் சொன்ன காரணம் நம்பும்படியாக இல்லை. இருந்தாலும் அவர் அதைப் பெரிதுபடுத்தவில்லை. அடிப்படை ஒழுங்கை மட்டும் அவர் அவனிடம் வற்புறுத்தினார்.

'சார்! ஒரு வேலை இருக்கு. 15 நிமிடம் லேட்டா வருவேன்னு சொல்லிட்டுப் போயிருக்கலாம்ல' என்று தனவேல் அவனிடம் கேட்டார். அந்த நியாயம் அவன் மனத்தில் பதிந்ததாக அவன் முகம் காட்டவில்லை. தனவேல் முகம் சிவந்து "சொல்லிட்டுப் போறதுக்கென்ன கொள்ளையா?" என்று கடிந்து கொண்டு அவனை வகுப்புக்குள் அனுமதித்தார்.

அவனுடையது கடைசி பெஞ்சு. போய் உட்காரும்போது ஏதோ முணுமுணுத்துக் கொண்டு உட்கார்ந்தான். பக்கத்தில் இருந்த மாணவர்களுக்கு நமுட்டுச் சிரிப்பு. தனவேல் கொதிப்படைந்தார்.

அன்றைக்குப் பாடம் நடக்கவில்லை. மிரட்டிப் பார்த்தும் அவன் என்ன முணுமுணுத்தான் என்பதைக் கண்டுபிடிக்க முடியவில்லை.

முணுமுணுத்தவனை விட்டு விட்டு, நமுட்டுச்சிரிப்பு சிரித்த அப்பாவிகள் இருவரைத் துறைக்கு வரவழைத்து, துறை ஆசிரியர்கள் திரண்டு உறுமி, முணுமுணுப்பைக் கண்டு பிடித்து விட்டனர். "இவரு மட்டும் திடீர் திடீர்னு லீவ்ல போயிடறாரு. சொல்லீட்டா போறாரு?" என்பதுதான் அவன் உதிர்த்த வார்த்தைகள்.

ஒளிந்திருந்த பின்லேடனைப் பிடித்துவிட்டது மாதிரி மற்ற ஆசிரியர்களுக்குச் சந்தோஷம். தனவேல் மனசில் மட்டும் ஊமைக்காயம்.

வேண்டாம், வேண்டாம் என்று நினைத்தவர், மனப்புண்ணை ஆற்ற வழி தெரியாமல், ஒரு நாள் மதிய இடைவேளையில் அந்த மாணவனைக் கூப்பிட்டு 'உன்கிட்ட எதுக்குடா நான் சொல்லிட்டுப் போகணும்? நீ பெரிய கொம்பனா?' என்று அடாபுடா போட்டுக் கோபம் தீர்த்தார். 'இவனுக்கெல்லாம் பாடுபட்டு என்ன பிரயோசனம்?' என்று சராசரி ஆசிரியர்கள் அடிக்கடி போகும் மனநிலைக்குக் கொஞ்ச நாள் போய்விட்டு, நல்லவேளையாக மீண்டு விட்டார்.

மீண்ட பிறகு, திருநெல்வேலி பஸ்ஸில், ஒருமுறை அவரைச் சந்தித்தேன். பேச்சுவாக்கில், அந்த நிகழ்ச்சியையும் சொல்லி என்னிடம் அபிப்பிராயம் கேட்டார்.

பிறர் அனுபவத்தில் நம் அபிப்பிராயத்தைச் சொல்வது வசதியான விஷயம். உணர்ச்சி வசப்படாமல் சொல்லலாம். இந்த வாய்ப்பை நான் பயன்படுத்திக் கொண்டேன்.

"மாணவன் நடந்து கொண்ட விதம் தவறுதான். சகஜமாக ஆசிரியரிடம் பேசி அனுமதி பெறுகிற பண்பாட்டைக் கூட நம் கல்லூரிகள் உருவாக்கவில்லை" என்று வருத்தப்பட்டேன்.

"ஆனால் இருவரைத் துறைக்கு அழைத்து மிரட்டியது கொஞ்சம் அதிகப்படியாகத் தெரிகிறது. மாணவர்களின் முணுமுணுப்புகளை

அறிந்து கொள்ள இவ்வளவு ஆர்வம் காட்ட வேண்டுமா?" என்றேன். தனவேல்சிறிய புன்முறுவலுடன் அந்தத்தவற்றை ஒப்புக்கொண்டார்.

இத்துடன் விட்டிருக்கலாம். விட்டிருந்தால், என்னைச் சந்தித்ததற்காகத் தனவேலுக்கு வருத்தம் தோன்றியிருக்காது.

சாத்தூரில் சாலையோர உணவகத்தில் டீ குடித்து மீண்டும் பஸ்ஸேறிய போது, பேச்சைத் தொடர்ந்தேன்.

"அந்த மாணவனுடைய கமென்ட் கொஞ்சம் கரடுமுரடாகத் தெரியுது. இருந்தாலும் அதில் உண்மை இருக்கு" என்றேன்.

"என்ன?" என்றார் தனவேல்.

"மாணவன் லீவ் போட்டால், கிளாஸ் கட் அடித்தால், வகுப்புக்குத் தாமதமாக வந்தால் விசாரிக்கிறோம்."

"விசாரிக்கக்கூடாதுங்கிறீங்களா? அக்கறை இருக்குறதுனால தான் சார், விசாரிக்கிறோம்.."

"கரெக்ட்! விசாரிக்கணும். கண்டும் காணாம இருக்கக்கூடாது. அது அநியாயம். ஆனா நம்ம விசாரிப்பில், அக்கறையோட சேந்து கொஞ்சம் அகந்தையும் இருக்குற மாதிரித் தெரியுது."

"நோ! நோ!"

"அகந்தை இல்லைன்னா, விசாரிக்கிற உரிமை ரெண்டு பேருக்கும் - ஆசிரியருக்கும் மாணவருக்கும் - பொதுவாக இருக்கணும். இப்ப அது நம்மகிட்ட மட்டும்தான் இருக்கு.."

"ஓங்க லாஜிக் புரியல" என்றார் தனவேல். அவர் குரலில் கரகரப்பு வந்துவிட்டது.

"நீங்க லீவு போடறதுக்கு முன்னாடி வகுப்போட கன்ஸல்ட் பண்றிங்களா?"

"எதுக்கு சார் கேக்கணும்? அது என் உரிமை. என் *Personal* விசயம்!"

"மாணவனோட கலந்து பேசிக்காம நம்ம இஷ்டத்துக்குக் காரியங்களைச் செய்றதுக்கு எத்தனையோ காரணங்களைச் சொல்லலாம். 'நான் அனுபவசாலி: அவன் ஒரு கத்துக்குட்டி - இப்படி ஒரு காரணம் சொல்லலாம்; சொல்றாங்க! மாணவனை

விசாரிக்கிறது அக்கறையினால. ஆனா நான் லீவு போடறது என் சொந்த விஷயம்னு நீங்க சொல்றீங்க! சுத்தி வளைக்காம நேராய்ப் பார்த்தா, ஆளுக்கொரு நியாயம்னுதான் தோணுது. ஆசிரியர்கள் சொல்லிக் கொள்ளாம லீவு போட்டுட்டு ஓடிப் போறாங்கன்னு மாணவர்கள் குறைப்பட்டுக் கொள்வது மிகச் சரியான விமர்சனம்!"

தனவேல் பதில் சொல்லவில்லை. ஆனாலும் நான் இறுதியாகச் சொல்ல வேண்டியதைச் சொல்லித்தான் முடித்தேன். "வகுப்பறையைத் திட்டமிடவோ, ஆசிரியர் பணியில் கருத்து தெரிவிக்கவோ, பரஸ்பரமான ஜனநாயக உரிமைகளை அனுபவிக்கவோ அவனுக்கு உரிமையில்லாத பட்சத்தில் அவன் இந்த வகுப்பறையைத் தன் வகுப்பறையாக ஏற்றுக் கொள்ளப்போவ தில்லை. இதைவிட்டு ஓடவே விரும்புவான்" என்று சொல்லிவிட்டு, தனவேலைப் பார்த்தேன்.

சன்னலுக்கு அந்தப் பக்கம் வைத்த பார்வையைத் தனவேல் திருப்பவில்லை. பழங்காநத்தத்தில் பிரிந்த போது, வழக்கமான பிரியத்துடன் அவர் விடை கொடுக்கவுமில்லை.

வகுப்பறை.. வகுப்பறை.. வகுப்பறை... வகுப்பறை...

தவறான மதிப்பீடுகள்

மாணவர்கள் பற்றிய தங்கள் மதிப்பீடுகள் பொய்யாகிப் போவதை உணராத ஆசிரியர் எவருமே இருக்க முடியாது. காரணம் வெளிப்படை. தங்கள் கையில் இருக்கிற தராசுகளால் ஆசிரியர்கள் மாணவர்களை எடை போடுகிறார்கள். குறையுள்ள இந்தத் தராசுகள் சமூகம் தந்தவை; ஒவ்வொருவரை மதிப்பிடவும் தனித்தனி தராசு வேண்டும் என்ற உண்மையைப் புறக்கணித்துச் சமூகம் உருவாக்கிய பொதுத் தராசுகள் அவை. அவைதாம் நம் கையில் இருக்கின்றன.

மனோன்மணியம் சுந்தரனார் பல்கலைக் கழகத்தில் நடைபெற்ற ஆசிரியர் சந்திப்பில் ஓர் ஆசிரியர் சொன்னார்.

'எங்கள் கல்லூரி கிராமப்புறக் கல்லூரி; நான்தான் அக்கல்லூரியின் மாணவர் பணிக் கழகப் பொறுப்பாளர்; ஒரு முறை ஒரு மாணவன் என்னிடம் வந்தான்; ''சார்! மாநில அளவிலான கல்லூரி மாணவர்களுக்கான பேச்சுப்போட்டியில் கலந்து கொள்ள விரும்புகிறேன். போட்டி மதுரையில் நடக்கிறது. நான் இந்தக் கல்லூரி மாணவன் என்பதற்கான சான்றிதழ் வேண்டும்; தாருங்கள்'' என்றான். அவனை ஏற இறங்கப் பார்த்தேன். போட்டி- ஆங்கிலப் பேச்சுப்போட்டி. அதுவும் மாநில அளவிலான போட்டி. இவனோ கல்லூரிப் பேச்சுப் போட்டியிலேயே இதுவரை கலந்து கொண்டு நான் பார்த்ததில்லை. எனவே, அவனை அதைரியப்படுத்தினேன். 'காலேஜ் பேரைக் கெடுக்கவா? வேண்டாம்' என்றேன். அவனோ விடாப்பிடியாக நின்றான். கெஞ்சினான். வேண்டா வெறுப்பாக ஒரு சான்றிதழ் கொடுத்தேன். இரண்டு தினங்கள் சென்றிருக்கும். திடீரென்று என் அறைக்குள் நுழைந்தான். 'சார்! மாநிலப் பேச்சுப்

போட்டியில் நான்தான் முதல் பரிசு!' என்றான். பரிசையும் பாராட்டுச் சான்றிதழையும் காட்டினான். என்னால் நம்ப முடியவில்லை. நான் வேண்டா வெறுப்பாகக் கொடுத்த அடையாளச் சான்றிதழுக்காக, அவன் நூறு முறை தாங்க்ஸ் சொன்னான். எனக்கோ அவமானம் தாங்க முடியவில்லை.”

இந்த மனப் பகிர்வையடுத்து ஆசிரியர்கள் ஒவ்வொருவராக எழுந்து தங்களால் புரிந்து கொள்ளாமல்போன மாணவர் இயல்புகளைப் பற்றிக் கொட்ட ஆரம்பித்தார்கள்.

பெற்றோர்கூட்டத்திலும் இதே நிலைதான். வெற்றி பெறும் வரை தங்கள் பிள்ளைகளின் மீது அவர்களுக்குத் தீராத சந்தேகம். வெற்றி பெற்றபிறகு 'எனக்கே தெரியாது; எம் பிள்ளையிடம் இவ்வளவு திறமை இருக்குமின்னு' என்று சொல்லி வியக்கிறார்கள்.

வீடும் வகுப்பறையும் இளந்தலைமுறை மீது வைக்கும் தவறான மதிப்பீடுகள் பற்றிச் சொல்லிக் கொண்டே போகலாம்.

மதிப்பீடுகள் குறித்து என்னிடம் புதிய பார்வை இருப்பதாக நான் நெடுங்காலமாக நினைத்துக் கொண்டிருந்தேன். அந்தப் பிரமையையும் என் மாணவர்கள் ஒரு சமயம் உடைத்து விட்டார்கள்.

கோடை விடுமுறை முடிந்து கல்லூரி ஆரம்பிக்கும்போது ஏதாவது ஒரு வகுப்பில் 'விடுமுறையில் செய்த உருப்படியான காரியம்' என்ற தலைப்பில் மாணவர்களை எழுதச் சொல்வேன். அப்போது மாணவர்கள் எதுவும் பிடிபடாமல் திகைப்பதைப் பார்த்திருக்கிறேன்.

எழுதச் சொல்லும்போதே 'பெரிதாக எதுவும் இருக்காது; காலத்தை விரயம் செய்திருப்பார்கள்' என்ற முன் அனுமானமும் மனசுக்குள் கொக்கரித்தபடி இருக்கும். 'விடுமுறையை எப்படிக் கழிக்க வேண்டும்?' என்ற சொற்பொழிவும் எனக்குள் தயாராக இருக்கும். 'புத்தகம் படிப்பது; எதையாவது புதிதாகக் கற்றுக் கொள்வது; திறன் வளர்ப்பது' போன்ற அடுக்குகள் என் சொற்பொழிவு அலமாரியில் எப்போதும் இருக்கும். 'போட்டித் தேர்வுக்குத் தயார் செய்வது' என்ற புதிய அடுக்கு இப்போது என் அலமாரியில் சேர்ந்திருக்கிறது.

ஒரு சிறிய வகுப்பில், இந்த பயிற்சியைக் கொடுத்தபோது, மாணவர்கள் சற்றுத் திகைத்துப் பின் ஒரு வழியாக எழுதி முடித்தார்கள். எழுதிக் கொண்டிருந்தபோதே அவர்களுக்குச் சிரிப்பும் தாங்கவில்லை, தாங்கள் செய்திருக்கும் உருப்படியான காரியத்தை நினைத்து!

சாவகாசமாய் அறைக்குப் போய் அவர்கள் எழுதியதைப் பிரித்துப் படித்தேன். நான் நினைத்ததுபோலவே, 'விடுமுறை விரயம்' பலர் எழுத்தில் வெளிப்பட்டது. ஆனால் நான் சற்றும் எதிர்பாராவிதமாக மூன்று மாணவர்கள் எழுதி இருந்தார்கள்.

ஒரு மாணவன், அப்பாவோடு சைக்கிளில் அலைந்து பாத்திர வியாபாரம் பார்த்திருக்கிறான்; ஒரு மாணவன் குடும்ப வறுமை போக்க 'கம்பிக்கட்டு' வேலைக்குப் போயிருக்கிறான். ஒரு மாணவி, சித்தாள் வேலைக்குப் போயிருக்கிறாள்.

மாணவர்களிடமிருந்து இத்தகவல்களை நான் எதிர்பார்க்க வில்லை. 'இவர்கள் கிராமப்புற மாணவர்கள், குடும்பத்தின் வாழ்க்கைப் போராட்டத்தில் இவர்கள் விலகியிருக்க முடியாது' என்ற உண்மை அடிக்கடி மறந்து போகிறது.

அது போக, சற்று வசதியுள்ள மத்திய வர்க்கக் குடும்பத்தில் பிறந்த எனக்கு, நான் கழித்த 'விரய விடுமுறைதான்' மனத்தை அடைத்து நிற்கிறது.

தகவல்கள் உறுத்த, 'சித்தாள் வேலை' என்று எழுதிய பெண்ணைக் கூப்பிட்டேன். அவள் புரிந்துதான் எழுதியிருக்கிறாளா என்று அறிந்து கொள்ள விரும்பினேன். ஏனெனில் அவள் தோற்றத்தில் ஒரு 'சௌகர்யம்' தெரிந்தது. மாணவி சொன்னாள்;

"ஆமா சார்! சித்தாள் வேலைதான். சாந்து குழைக்கிறதுக்குத் தட்டுல மண்ணு சுமந்து சுமந்து குடுக்கணும். லீவுல பத்து நா வேல பார்த்தேன். ஒரு நாளைக்கு நாப்பது ரூபா குடுப்பாங்க. அந்த ரூபாய வச்சித்தான் வீட்ல எனக்கு நல்ல டிரஸ் எடுத்துக் குடுப்பாங்க."

அந்த மாணவி போனதும் யோசித்துப் பார்த்தேன். இங்கே வகுப்பறையில் சுடிதார் அணிந்து, பேனாவும் நோட்டுமாகக் கற்கும் ஒரு கல்லூரி மாணவி, கல்வி தந்த அகந்தையைத் தூக்கி எறிந்து விட்டு, சாந்துத் தட்டைத் தூக்கிச் சித்தாளாகக் கிராமத்தில் உருமாறும் அதிசயத்தை என்னால் போற்றாமல் இருக்க முடியவில்லை.

இந்த நிகழ்ச்சி என் விடுமுறை உரையில் உப்பாகக் கலந்து சாரம் ஏற்றி விட்டது.

'விடுமுறை விரயம்' குறித்த கவலை என் உரைகளில் இன்றும் இருக்கிறது. அதே நேரம், ஏழை மாணவர்களின் 'விடுமுறைப் போராட்டம்' குறித்தும் புரிந்து கொண்டுதான் இப்போதெல்லாம் பேசுகிறேன்.

கல்லூரிக்குப் புத்தகக்கட்டு!

விடுமுறையில் சாந்துத் தட்டு!

வகுப்பறை.. வகுப்பறை.. வகுப்பறை... வகுப்பறை...

இன்னும் தீராத கடன்...

முப்பத்திரண்டு ஆண்டு கால என் ஆசிரியப் பணியை விமர்சனப் பூர்வமாக எடை போட்டுப் பார்க்கிறேன்.

அருப்புக்கோட்டை எஸ்.பி.கே. கல்லூரியில், பி.யூ.சி. 'பி' வகுப்பு! அதுதான் என் முதல் வகுப்பு. 'இன்று என் மக்குத் தலையில் மகுடம் சூட்டப் பட்டிருக்கிறது' என்பதுதான் வகுப்பறையில் நான் உதிர்த்த முதல் வாசகம். பாடத்தைத் தொடங்குவதற்கு முன், ஒரு சுவையான அறிமுகத்தைச் சொல்லி மாணவர்களை ஈர்க்க வேண்டும் என்பதற்காகக் காலை 4 மணிக்கே எழுந்து சில வாக்கியங்களை

எழுதி மனப்பாடம் செய்து வைத்திருந்தேன். முதல் வகுப்பிலேயே கைதட்டல் கிடைத்தது. தொடர்ந்து மாலையில் முதல்வர் அறையில் அதற்கான விசாரணை. கைதட்டலும் விசாரணையுமாகத்தான் இத்தனை ஆண்டு என் பணி தொடர்ந்திருக்கிறது.

கூச்சமுள்ள கிராமத்துவாசியான என்னுடன் எத்தனையோ விசயங்கள் பொருந்தாமல் நழுவி விட்டன. வகுப்பறை மட்டும் என்னோடு வந்து கச்சிதமாகப் பொருந்தி விட்டது. வகுப்பறை பொருந்திய அளவுக்குப் பேண்ட் சட்டைகள் கூடப் பொருந்த வில்லை.

வாழ்க்கை தரும் பாடங்களை (*Lessons from Life*) இலக்கியக் கல்வியோடு இணைப்பது முதல் வகுப்பிலிருந்தே என் குறிக்கோளாக இருந்து வந்திருக்கிறது. இந்தக் குறிக்கோளில் இன்றுவரை மாற்றம் இல்லை. கற்பிக்கும் முறையில் முதல் வகுப்பறையிலிருந்து இன்றைய வகுப்பறை பெரிதும் மாறியிருக்கிறது.

முதல் சில ஆண்டுகள், வகுப்பறை முழுக்க முழுக்க என் வகுப்பறையாகவே இருந்தது. அதாவது என்னுடைய உழைப்பு, என் பேச்சாற்றல், நான் தேடித்தேடிக் கொண்டு வந்து சொன்ன கதைகள் என எல்லாமே என் சார்ந்தவையாக இருந்தன. என் திறன் கண்டு மாணவர்கள் மெச்சிப் புகழ நான் மனங்குளிர்ந்து கிடந்தேன். இது ஒரு வழிப்பாதைப் பயணம் என்பதை நான் அன்றறியவில்லை. மாணவர்கள் ஆற்றலோ அடங்கிக் கிடந்தது. மாணவர்களின்

ஆற்றலைத் தூண்ட கட்டுரை, பேச்சுப் போட்டிகளும், கல்லூரி நாள் விழாக் கலைநிகழ்ச்சிகளுமே அன்று நாங்கள் அறிந்திருந்த வழிகள். கையில் வெண்ணெய் போல வகுப்பறை இருந்தது. வெண்ணெயின் உபயோகம் தெரியாமல் இருந்தது.

அடுத்து வந்த ஆண்டுகளிலும் கற்பித்தல் முறையில் பெரிய மாற்றம் உண்டாகிவிடவில்லை. ஆனால் 1975 ஆம் ஆண்டு தொடங்கி கல்லூரி வளாகங்களில் உருவான மோதல்கள், போராட்டங்கள், மூட்டா இயக்கத்தில் (கல்லூரி ஆசிரியர் இயக்கம்) ஆசிரியர்கள் கொண்ட தீவிர ஈடுபாடு ஆகியவை, ஆசிரியர்களிடம் பார்வை மாற்றத்தை உண்டாக்கி விட்டன. மூட்டா உண்டாக்கிய மாற்றத்தை நானும் ஏற்றுக் கொண்டேன்.

வாழ்க்கையிலிருந்து பாடங்களை லட்சிய நோக்கில் எடுத்துக் கொண்டு வந்து, வகுப்பறையில் நீதி நெறிகளை வலியுறுத்திய போக்கு மாறிவிட்டது. வாழ்க்கைப் பாடங்களை யதார்த்தமாகவும், விமர்சனப் பூர்வமாகவும் அணுகக் கூடிய பார்வையை ஆசிரியர் இயக்கம் தந்தது. அதன் விளைவாக, வகுப்பறையில் ஆழமான கேள்விகளை மாணவர்கள் முன்னால் வைக்க முடிந்தது. அப்போதும் வகுப்பறையில் விவாதங்களைத் தொடங்கவில்லை. வகுப்பறையில் சிந்தனைப் பொறிபறந்த அந்த நேரத்திலும் வகுப்பறை முழுவதும் நானே ஆக்கிரமித்து நின்று கொண்டிருந்தேன்.

எண்பதுகளின் இறுதியில் கல்லூரியில் வயதுவந்தோர் கல்வித் திட்ட அலுவலராகப் பொறுப்பேற்று 4 கிராமங்களில் வேலையைத் தொடங்கியதும் என் கற்பித்தல் முறைகளிலும்மாற்றம் வந்தது.

வகுப்பறையின் கட்டுப்பாடுகள் முதியோர் மையங்களில் உடைபடக் கண்டேன். படிப்புக்கு நடுவே, "வீட்டுக்குவந்து ஒரு வா சாப்பிட்டுப் போங்க சார்!", "நாளைக்கிக் கொள்ள சிலேட்டு கொண்டு வாங்க. ஓடைஞ்சி, ஓடைஞ்சி போகுது" என்று முதியோர் மையங்களில் குரல்கள் எழுந்தபடி இருக்கும். உஷ்! உஷ்! என்று என் மாணவத் தொண்டர்கள் அந்தக் குரல்களை அடக்கப் பார்ப்பார்கள். முடியாது.

'வகுப்பறை ஜனநாயகம்' குறித்து நான் உருப்படியாகச் சிந்திக்கக் கிராம மக்கள் கற்றுக் கொடுத்தார்கள். தோப்பில் முகமது மீரான் எழுதிய 'கடலோர கிராமத்தின் கதை' என்ற நாவல் அப்போது பாடமாக இருந்தது. அறுபது மாணவர்கள் இருந்த ஒரு வகுப்பறையில் அந்தப் பாடத்தை நடத்த வேண்டியிருந்தது. நாவலில் இருந்து அறுபது தலைப்புகளைத் தேர்ந்தெடுத்துக் கொடுத்து மாணவர்களையே அந்தப் பாடத்தை நடத்தச் செய்தேன். ஊடே ஊடே நானும் பேசுவேன். பேசாமல் எங்கே இருக்க முடிகிறது?...

நான் நடத்திய வகுப்புகளை விட மாணவர் வகுப்புகள் சுவாரஸ்யமாய் இருப்பதைக் கண்டேன். மாணவர்கள் உன்னிப்பாய் வகுப்பைக் கவனிப்பார்கள். அந்த வகுப்புகள் மதிய உணவுக்குப் பின் வருபவை. 'கட்' அடிக்கலாம் என்ற உந்துதலை அப்பாவிக்கும் கொடுக்கக்கூடிய வகுப்புகள். ஆனால் ஒரு மாணவன் கூட 'கட்' அடிக்காமல் அந்த வகுப்புக்கு வருவான். இதுவரை ஒற்றைக்குரல், ஒற்றைச் சிந்தனை கொடுத்து வந்த அலுப்பை, பல குரல்.. பல மூளைகள் பங்கேற்றுத் தூக்கி எறிந்தன. இம்மாற்றத்தை உள்ளுக்குள் இருந்து நான் உருவாக்கவில்லை. இந்த மாற்றம் வெளியே இருந்த உலகத்தின் பங்களிப்பு.

பின்னர் வந்தது மகத்தான அறிவொளி அனுபவம். ஏழாம் வகுப்பு படித்த தொண்டரில் இருந்து எம்.ஏ. படித்த தொண்டர் வரை எங்களிடம் இருந்தார்கள். எங்களின் எதிர்பார்ப்புக்கு மாறாக எம்.ஏ. தொண்டர்களின் பெரும்பாலான வகுப்புகள் இறுகி மூடிக்கிடந்தன.

ஏழாம் கிளாஸ் தொண்டர் வகுப்பில் கலகலப்பு கொடிகட்டிப் பறந்தது. ஏழாம் வகுப்பில் இருந்து பத்தாம் வகுப்புவரை படித்த

இளம்பெண் தொண்டர்களின் மையங்கள்தான் வெற்றி பெற்ற மையங்களாகத் திகழ்ந்தன. காரணம் - ஆசிரியர் மாணவர் என்ற இடைவெளி இல்லாத வகுப்புகள் அவை. இந்த வகுப்புகளில் 'ஏ! மல்லிகா! நீ என்ன ஆடிக்கொரு நா அமாவாசைக்கொரு நா வந்து பாடம் நடத்துற. ஒழுங்கா தினசரி வந்து சொல்லிக் குடு!' என்று கற்போர் தொண்டரைச் செல்லமாய் அதிகாரம் செய்யக் கண்டோம். தினசரி ஒழுங்காய் படி!' என்ற ஆசிரியக் குரலைத்தான் இதுவரை கேட்டு வந்திருந்தோம். 'தினசரி ஒழுங்கா சொல்லிக் குடு' என்ற இந்தப் புதிய குரல் தேவாமிர்தமாய் எங்கள் காதில் வந்து விழுந்தது.

இடைவெளியற்ற இந்த சகஜத்தன்மையைப் பார்த்து நான் ஏக்கமுற்றேன். மெத்தப்படித்த மேதாவியாய் உச்சாணிக் கொம்பில் உட்கார்ந்துகொண்டு மாணவர்களிடம் உரையாடுவதை விட, அவர்களோடு சகஜமாய் இணையக்கூடிய சராசரி ஆசிரியராய் இருந்தால் போதும் என்ற எண்ணம் - ஆசை - என்னை ஆட்டிப் படைக்க ஆரம்பித்தது. இன்றுவரை அது சாத்தியமாகவில்லை என்றே படுகிறது.

பாட்டு, கதை, விளையாட்டு என்று அறிவொளி மையம் ஒரு கலாச்சார மையமாகத் திகழ்ந்தது. கல்லூரி வகுப்பறையையும் ஒரு கல்வி கலாச்சார மையமாக ஆக்க வேண்டும் என்ற உத்வேகத்தோடு கல்லூரிக்குத் திரும்பி வந்தேன்.

நாடகம், விளையாட்டு, அறிவுப்பயிற்சி, விவாதம், படைப்பாற்றல் என்று இப்போது வகுப்பறை களை கட்டியது. வகுப்பறைக்குள் நாடகங்கள் நடத்தினேன். இலக்கண

விளையாட்டுகள் நடத்தினேன். படைப்பாற்றலைத் தூண்டும் பயிற்சிகளைக் கொடுத்தேன். வெளியிலிருக்கும் திறமையாளர்களை வகுப்பறைக்குள் கொண்டு போனேன். திறந்த வெளியிடங்களில் வகுப்பறையை உருவாக்கி மாணவர்களை அங்கு கொண்டு போனேன்.

ஒவ்வொரு முயற்சியும் வெற்றி பெற்றிருக்கிறது. வகுப்பறை மலர்ந்திருக்கிறது. இருப்பினும் மீண்டும் மீண்டும் இறுகிப் போவதற்கான உள்பலவீனத்துடன் வகுப்பறை விளங்குவதையும் கவலையுடன் உணர்கிறேன்.

மாணவர்களை ஆசிரியர்களாக்கி ஒத்தாசைக்குக் கூட இருப்பது தான் உண்மையான ஆசிரியப் பணி என்று சமீபத்தில் மனத்தில் படுகிறது. என் முழுக் கவனமும் இப்போது அந்தப் பக்கம் இருக்கிறது.

சிரத்தையோடு படித்து வருவது; செய்தியைக் கற்பனை கலந்து தருவது; வெளியிடும் கருத்துக்களை ஒழுங்குபடுத்திக் கொள்வது; சக மாணவர்களின் கேள்விகளை நிதானமாக எதிர்கொள்வது; சக மாணவர்களின் விமர்சனங்களைப் பணிவோடு ஏற்றுக் கொள்வது ஆகிய பண்புகளையும் பயிற்சிகளையும் ஆசிரியராகிப் பாடம் நடத்தும் மாணவர்கள் பெறுவதைப் பார்த்திருக்கிறேன். என்னைப் புதுப்பிக்கும் அனுபவமாக இது இருக்கிறது.

மாணவர்கள் 'ஆசிரியப் பொறுப்பை' விரும்பி ஏற்றுக் கொள்கிறார்களா? அவர்களாக முன் வர மாட்டார்கள். ஆனால் ஆசிரியர் நம்மைச் சொல்ல மாட்டாரா என்று அவர்களின் கண்கள் ஏக்கத்துடன் காத்திருக்கும். இது நம் பண்பாடு சார்ந்த பலவீனம். மாணவர்கள் தாமாக முன் வரவில்லையே என்று வருத்தப்படுவதில் பயனில்லை. யார் வீட்டுக்குச் சாப்பிடப் போனாலும், 'வேண்டாம்' 'வேண்டாம்' என்று மறுத்துக் கொண்டே நிறையச் சாப்பிடும் வழக்கம்தான் நம்மிடம் இருக்கிறது. கேட்டு வாங்கிச் சாப்பிடும் வழக்கம் பொதுவாக இல்லை.

இதன் மறுதலையாக ஆசிரியர்கள், மாணவர்களாகும்போது என்ன நடக்கிறது என்பதையும் பார்த்தேன். நான் சந்தித்த, கேள்விப்பட்ட அனுபவங்கள் கசப்பானவையாக இருந்தன. (நல்ல அனுபவங்களும் நிச்சயமாக இருக்கக்கூடும்).

ஆசிரியர் புத்தொளிப் பயிற்சியில் (Refresher Course) 9.30 மணிக்கு நான் வகுப்பைத் தொடங்கியபோது பத்து ஆசிரியர்கள் இருந்தார்கள். 1 மணி 30 நிமிடம் கழித்து நான் வகுப்பை முடித்தபோது 30 பேர் வந்திருந்தார்கள். நான் தொகுத்துக் கூறிக் கொண்டிருந்தபோது சரியாக 11 மணிக்கு ஓர் ஆசிரியை சிரித்த முகத்தோடு உள்ளே வந்தார். மாணவன் இப்படி வர முடியுமா? ஆசிரியருக்கு மட்டுமென்ன 'அதிகப் படியான சலுகை?' 'வகுப்பறை ஒழுங்கு' இரு கட்சிக்கும் பொது அல்லவா? அதே வகுப்பில் ஆண் ஆசிரியர் சிலர் வகுப்புக்குச் சம்பந்தமற்று கடைசி பெஞ்சில் உட்கார்ந்திருந்தார்கள். அவர்கள் எதையும் குறித்துக் கொள்ளவில்லை. 'இலக்கியம் கற்பிப்பது மட்டும் தான் தமிழ் வகுப்பறையின் வேலையா?' என்று கேட்டு நான் தொடங்கிய விவாதத்தில் அவர்கள் பங்கேற்கவில்லை. 'இதெல்லாம் எங்களுக்கு எதுக்கு? எங்களுக்கே சொல்லித் தர்றதுக்கு எவன்டா இருக்கான்?' என்கிற கேள்விகள் அவர்கள் கண்களில் மிதந்தன.

இத்தனை புத்தொளிப் பயிற்சிகள் நடந்தும் வகுப்பறையில் மாற்றங்கள் உருவாகாதது ஏன் என்றும் எனக்கு அன்று விளங்கியது.

இன்னொரு பல்கலைக் கழகம் சென்றபோது, நான் பயிற்சி வகுப்பைத் தொடங்கும் முன்பே அதன் ஒருங்கிணைப்பாளர் அங்கலாய்த்தார். "இவுங்களக் கட்டி மேய்க்கிறதே பெரும்பாடாக இருக்கு, கடைசி மணியிலே ஒக்கார மாட்டேங்கிறாங்க! போணும் போணும்ம்னு நைக்கிறாங்க! பையங்க தேவலை!" என்றார்.

இந்தப் பயிற்சிகள் குறைந்தபட்சம் மாணவர்களின் அவஸ்தை களைப் புரிந்து கொள்ள ஆசிரியர்களுக்கு உதவியாக இருக்கும். இருக்கவேண்டும். மாணவன் ஆசிரியராகிக் கற்பதைப் போல, ஆசிரியரும் மாணவனாகி வகுப்பறையில் கற்க வேண்டும். இதிலிருந்து தப்பித்துப் போக எந்த ஆசிரியருக்கும் உரிமையில்லை; அனுமதியும் இல்லை.

புத்தகங்களில் எத்தனை கற்ற ஆசிரியரிடமும் மாணவரிடம் கற்க வேண்டிய அனுபவம் எப்போதும் பாக்கி இருக்கிறது, தீராத கடன் போல!

வகுப்பறை.. வகுப்பறை.. வகுப்பறை... வகுப்பறை...

எதிரொலிகள்...

புதிய ஆசிரியனில் நான் எழுதிய 'மாணவர்களிடம் கற்போம்' என்ற சிறிய தொடர், உண்மையிலேயே கற்றுக் கொள்ளும் ஓர் அனுபவமாக அமைந்துவிட்டது. எனக்கும் - என்னைப்போலப் பலருக்கும்!

தொடரைப் படித்துவிட்டு, என் பழைய வகுப்பறையை நினைவு கூர்ந்து, முன்னாள் மாணவர்கள் கடிதம் எழுதினர். 'தவறான மதிப்பீடுகள்' கட்டுரையைப் படித்துவிட்டு எங்கள் கல்லூரி மாணவிகள் சிலர் என் அறைக்கு வந்து பள்ளிப்பருவத்தில் இருந்து இன்று வரை விடுமுறை நாட்களில் தீப்பெட்டி ஆபீஸ் சென்று வீட்டுக்குச்சம்பாதித்துத்தருவதாகப் பெருமையோடு சொன்னார்கள். பூக்கட்டி விற்றுவிட்டுக் கல்லூரிக்கு வரும் மாணவி, பேப்பர் போட்டு விட்டுச் கல்லூரிக்கு வரும் மாணவன் எனப் பலரையும் இத்தொடர் எனக்கு அறிமுகம் செய்தது.

எல்லாவற்றிலும் முக்கியமானது குஜராத்தில் இருந்து திலீப் நாராயணன் எழுதிய கடிதம்.

அன்புள்ள மாடசாமி அவர்களுக்கு,

'தவறான மதிப்பீடுகள்' படித்தேன். என்னையும் மீறி அழுதேன். படிக்கமுடியாதபடி கண்களில் கண்ணீர் பெருகியது.

என் பள்ளிப்பருவம் ஞாபகத்துக்கு வந்தது. ஒரு வேளைச் சோற்றுக்காகக் கல்யாண மண்டபங்களில் இரவுச் சாப்பாட்டின் மிச்சம் கிடைக்குமா என்றும், மாடு செத்துப் போனால் கறி சாப்பிடலாமா என்றும் பள்ளிக்குச் செல்லாமல் இருந்த நாட்கள் என்னுள் முட்டி மோதுகின்றன.

பள்ளி விடுமுறை நாட்களில் எழவு சொல்லவும், தேர் சிங்காரிக்கவும், பிணம் தூக்கவும், குழி தோண்டவும், ஏன் பிணம் எரிக்கவுமான வேலைகள் உட்பட எல்லா வேலைகளையும் செய்தது; டூரிங் சினிமாக் கொட்டகையில் முறுக்கு விற்றது; அப்பாவுடன் உட்கார்ந்து செருப்பு தைக்கக் கற்றுக் கொண்டது என்று நான்பட்ட அனுபவங்கள்தான் என்னை மனிதனாக்கின. 'உழைக்கும் மாணவர்கள்' என்ற ஒரு பிரிவினர் எப்போதுமே இருந்து கொண்டுதான் இருக்கிறார்கள்..

அன்புடன்

திலீப் நாராயணன்

Accounts Officer

GMTD, BSNL

Godhra - 389001.

Gujarat.

இந்தக் கடிதத்தைப் படித்துவிட்டு, 'குஜராத்திலிருந்து எந்தச் செய்தி வந்தாலும் அதிர்ச்சியாக இருக்கிறதே' என்று தொழிற்சங்கத் தோழர் ஒருவர் வருத்தம் கொண்டார். எளிதில் அசைந்து கொடுக்காத 'இரும்பு மனது' நண்பர் ஒரு வரும், நாராயணன் கடிதம் கண்டு இளகிக் கசிந்து விட்டார். "நம் வகுப்பறைகளில், நாமறியாமல், எத்தனை நாராயணன்களோ? நாராயணிகளோ?" என்று மனமுடைந்து கேட்டார்.

எனக்குரிய இடம் எங்கே?

எனக்குரிய இடம் எங்கே? எனக்குரிய இடம் எங்கே?

அடங்காமல் புறப்படும் கேள்விகளோடு,
விவாதங்கள் விடைகளைத் தேடட்டும்.

உயிரோட்டமுள்ள வகுப்பறைகள்
விவாதங்களைத் தேடட்டும்..

எனக்குரிய இடம் எங்கே? எனக்குரிய இடம் எங்கே?

எனக்குரிய இடம் எங்கே?

(மாணவர்களோடு நடந்த கலந்துரையாடல்களின் தொகுப்பு)

1

(இது ஒரு முன் கதைச்சுருக்கம்)

1970களில்தான் தமிழ்நாட்டில் நிறையக் கலைக்கல்லூரிகள் தோன்றின. கிராமக்கோடு தாண்டாத ஆயிரக்கணக்கான இளைஞர்கள்... உயரமாய், வேட்டிகட்டி, மீசை வைத்து... கல்லூரிகளுக்குள் நுழைந்தது அந்தக் காலக்கட்டத்தில்தான்.

இவர்களின் வருகையால், அறிவாளிகளுக்கு விக்கல் எடுத்தது. 1980 தொடங்கும் போதே, 'தரம் போய்விட்டது. கலைக்கல்லூரிகளை மூடவேண்டும்' என்று பேச ஆரம்பித்து விட்டார்கள்.

எழுபதுகளின் கடைசியில் 'பி.யூ.சி.' படிப்பு, கல்லூரியை விட்டுப் பள்ளிக்கு, 'ப்ளஸ் டூ'வாகச் சென்றது. 1980களில் பல கல்லூரிகளில் அட்மிஷனில் திடீர்ச் சரிவு! ஈடுகட்ட *coeducation* உதவியது. 'பெண்கல்வி' பற்றித் திடீர்ப் பிரக்ஞை வந்ததுபோலப் பேசிக் கல்லூரிகள் கர்வமாய்ச் செருமிக் கொண்டன.

வரலாறு, பொருளாதாரம், தமிழ், ஆங்கிலம் போன்ற கலை, மொழிப் பாடங்களை நாடுவோர் படிப்படியாகக் குறைந்தனர். அறிவாளிகளிடம் இருந்து மீண்டுமொரு அலறல்! 'கலைப்பாடங்களை மூடவேண்டும்!'

பாடங்களுக்கிடையே ஏற்றத்தாழ்வு கற்பிக்கும்போக்கு, கல்லூரிகள் தொடங்கப்பட்ட காலத்திலிருந்து உள்ள விஷயம்தான். நாளாக, நாளாக இந்தப் போக்கு தீவிரமடைந்து வந்தது.

அறுபதுகளில் விஞ்ஞானப் பாடங்களின் கை சற்று ஓங்கி இருந்தபோதும், கலை, விஞ்ஞானப் பாடங்களுக்கிடையேயான பேதம் பெரிய அளவில் இல்லை.

எழுபதுகளில் திடீரென்று பி.காம். முன்னுக்கு வந்தது. மற்ற கலைப்பாடங்களில் இருந்து பி.காம் மை கிரேன் வைத்துத் தூக்கினார்கள். பெப்சி, கோகோகோலா விளம்பரங்களைப் போல பி.காம்முக்கு அன்று கல்லூரிக்குள்ளும் வெளியேயும் விளம்பரங்கள்!

90களில் இன்னும் கூடுதல் விளம்பரத்துடன், பி. எஸ்சி. கம்ப்யூட்டர் சயன்ஸ் வந்தது. வியாபாரத்தைப் பற்றிச் சொல்ல வேண்டியதில்லை.

அடுத்து, பி. எஸ்சி. ஐ.டி (இன்பெர்மேஷன் டெக்னாலஜி) வந்தது. புதுப்புதுப் பெயர்களில் படிப்புகள் வந்தன. இதற்கும் அதற்கும

என்ன வித்தியாசம் என்று யாருக்கும் தெரியவில்லை. பெற்றோர்கள் ஆசிரியர்களைத் தேடிவந்து விசாரிப்பார்கள். ஆசிரியரும் விவரிப்பார். "அதுவா? அது ஒண்ணுமில்ல! இது கம்ப்யூட்டர் சம்பந்தப்பட்டது. அது இன்பர்மேஷன் சம்பந்தப்பட்டது. சரி! ஒரு காபி சாப்பிடுறீங்களா?"

குழம்பிய குட்டையில் மீன் வியாபாரம் ஜோராக நடந்தது.

புதிய புதிய பாடங்கள் அதிக வெளிச்சத்தில் ஏலத்துக்கு வந்த போதெல்லாம், கலை, மொழிப் பாடங்கள் தாழ்வு மனப்பான்மை யோடு ஒதுங்கிக் கொண்டன.

90களில் சுயநிதிப் பொறியியல் கல்லூரிகளும் ஏராளமாய்த் தோன்றின. பி.ஈ. பிரதானப்படுத்தப்பட்டதன் காரணமாக, கலை, அறிவியல் பாடங்களை - பி.காம் உட்பட - ஏற இறங்கப் பார்த்து, 'கலர் கம்மியா இருக்கு, பொண்ணு புடிக்கல' என்று இளைஞர் பட்டாளம் ஒதுக்கி வைத்தது.

பொறியியல், மருத்துவப் படிப்புகளில் இடம் கிடைக்காத உருப்படாத மிச்சங்கள்தான் கலைக்கல்லூரிக்குள் நுழைவதாக உலகம் ஒரு முடிவுக்கும் வந்துவிட்டது. கலைக்கல்லூரிக்கு வந்த மாணவர்களைப் பார்த்து, அவர்களுக்குப் போதிக்கும் குருக்களே 'poor intake' என்று சொல்லி உச்சுக் கொட்ட ஆரம்பித்தனர். 'mediocre' என்ற வார்த்தை தினசரிப் புழக்கத்துக்கு வந்தது.

2000 இல் கொஞ்சம் மாற்றம் தெரிகிறது. பல குடும்பங்களில் பொறியியல் கல்வி ஆசை சுமையாகிவிட்டது. சுமை இடுப்பை ஒடிக்கிறது. புதுப்புதுப் பெயர்களில் வந்த பாடங்களின் மோகம் குறைந்து காணப்படுகிறது. அலங்காரமற்ற கலை, அறிவியல் பாடங்களை நோக்கியும் இப்போது பலரின் கவனம் திரும்பி யிருக்கிறது.

இந்த மாற்றத்தைக் கலை, அறிவியல் கல்லூரிகளின் ஆசிரியர்கள் உன்னிப்பாகக் கவனிக்கிறார்களா? இது, மிகுந்த நம்பிக்கையுடன் சவால்களை எதிர்கொள்ள வேண்டிய காலம் அல்லவா?

இன்றைக்குப் போட்டிகள் அதிகம்தான். ஆனால், வாய்ப்புகளும் அதிகம் அல்லவா? 30 வருடத்துக்கு முன், எம்.ஏ. வரலாறு படித்தவர்க்குக் கல்லூரியில் ஆசிரியர் வேலை என்ற ஒற்றை வாய்ப்புதான் இருந்தது. ஆனால் இன்று எம்.ஏ. வரலாறு படித்தவர்

நினைத்தால் கம்ப்யூட்டர் விஞ்ஞானியாகவும் மாற முடியும். மாறியிருக்கிறார்கள். இந்த மாற்றம் குறித்து பி.காம் படிப்புக்கு விண்ணப்பித்து, பி.ஏ. வரலாறு வாங்கி, முதல் வகுப்பிலேயே கன்னத்தில் கை வைத்து உட்கார்ந்திருக்கும் மாணவனுக்குத் தெரியுமா?

சில கல்லூரிகளுக்கு இந்தக் கேள்வி மூட்டைகளைச்சுமந்துபோய், மாணவர் ஆசிரியர் முன் இறக்கி வைத்திருக்கிறேன். உயர் கல்வி, வேலைவாய்ப்பு, போட்டித் தேர்வு, தொழில் முனைதல் என்று பல வாய்ப்புகள் பற்றிக் கலை அறிவியல் மாணவர்களிடம் பல சந்தர்ப்பங்களில் பேசி இருக்கிறேன். மாணவர்களிடம் அசைவுகள் ஏற்பட்டதும் உண்டு. சில நேரங்களில் அதிர்ச்சி உண்டானதும் உண்டு - எனக்கு. தொண்டை கட்டிப் போகுமளவுக்கு நான் பேசி முடித்தபின், மதுரைக்குப் பக்கத்தில் ஒரு கல்லூரியில், ஒரு மாணவன் பயமாக எழுந்து, குறும்புச் சிரிப்பை மறைத்துக் கொண்டு கேட்டான். "பன்றி மேய்ப்பது பற்றிச் சொல்லுங்கள் ஐயா!"

கிராமப்புறக் கல்லூரியாக இருந்தால், என்னுரையில் இந்தப் பாட்டு நிச்சயம் உண்டு.

நிக்க நிழலுமில்ல
என்னைப் பெத்த அம்மா - நான்
நீஞ்சக் குளமும் இல்ல.
பறக்கச் சிறகுமில்ல
என்னைப் பெத்த அம்மா - நான்
பறந்தடையக் கொப்பும் இல்ல

எலந்தை அடியில
இருக்கலாமுன்னு பாத்தா
எலந்தை முள்ளு குத்துது
இருக்க பயம் ஆகுதம்மா!

தாழ அடியில
தங்கலாமுன்னு பாத்தா
தாழை முள்ளு குத்துது
தங்க பயம் ஆகுதம்மா!

காலை ஊன்றி நிற்க ஓர் இடம் வேண்டும். மற்றதெல்லாம் பிறகுதான். 'இடமற்று இருப்பது' நவீன உலகின் பெரிய துயரம். இடம் தேடி இலந்தை அடியிலும், தாழை அடியிலும் தங்கப் பார்ப்பது எவ்வளவு பெரிய வீழ்ச்சி!

'இடம் தேடிய பயணம்' இளைஞர்களுக்கு மட்டுமா உரியது? கிடைத்த வேலையில் தங்களைச் சுருட்டி அமர்ந்தவர்கள், பிறகு தங்களுக்குரிய இடம் தேடி, வாய்த்த நேரத்தில் சிறகு விரித்துப் பார்க்கிறார்கள். பணிஓய்வு பெற்றவர்கள் கூட, நிற்காமல், புதிய இடம் தேடி நகர்கிறார்கள். நல்ல இடத்தைப் பிடித்தவர்கள் கூட, திருப்தியடையாமல், இடத்துக்குள் புதிய புதிய வெளிகள் தேடி அலைகிறார்கள். ஓயாது நகர்கிறது ஆரோக்கியமான வாழ்க்கை!

'அவரவர் அவரவர்க்குரிய இடத்தை அடைவது எப்படி? வழி என்ன? ஒரு வார்த்தையில் சொல்லுங்கள்!' என்று ஒருமுறை மாணவர்களைக் கேட்டபோது, சொன்னார்கள்.

முயற்சி

திறமை

உழைப்பு

ஒழுக்கம்

திட்டம்

நம்பிக்கை

தேடல்

'தேடல்' என்ற வார்த்தையை ஒரு மாணவர் சொன்னதும், 'நிறுத்துங்கள்!' என்றேன்.

'தேடல்' என்பதை அடிப்படையாக வைத்துக் கொள்வோம். நீங்கள் சொன்ன மற்ற எல்லாம் தேடலுக்குத் துணையானவை. **தேடுகிறவர்கள் இடத்தைக் கண்டுபிடிக்கிறார்கள்.**

"எல்லோரும்தானே சார் தேடுகிறார்கள்?"

"விண்ணப்பம் போடுவது எல்லாம் தேடுவது அல்ல. தனக்கு முன்னால் எது தெரிந்தாலும் சிலர் அதைத் தேடிப் போகிறார்கள். கிடைத்த இடத்தில் சிலர் சம்மணமிட்டு உட்கார்ந்து கொள்கிறார்கள்.

இடத்தைத் தேடுவது என்றால் தனக்குரிய இடத்தைத் தேடுவது என்று அர்த்தம். தன்னைப் பற்றித் தெரிந்தவர்கள்தான் தனக்குரிய இடத்தைத் தேட முடியும்.

தன்னைப் பற்றித் தெரிந்தவர்கள் எத்தனை பேர்?...

2

தேடல்கள் எல்லாம் வெற்றி பெறுவதில்லை. நகர்வுகள் எல்லாம் இடத்தை அடைவதில்லை. ஏன்?

சிலர் இப்படிக் கருதுகிறார்கள்.

"அதிர்ஷ்டம்னு ஒண்ணு இருக்கு!"

"சக்திக்கு மேல ஆசைப்பட்டா நடக்காது"

"காத்து வீசுற திசையில நாமும் போனா இடத்தைப் பிடிக்கலாம்."

"முயற்சி செய்தாலும் நேரம் கூடி வரணும்."

இவற்றில் சில யூகங்கள்; சில நம்பிக்கைகள். இவை அனைத்தும் தடைகள்.

இவற்றைப் பழமைவாதத் தடைகள் எனலாம்.

'பழமைவாதத்தடைகள்' நம் பயணத்தில் நம்முடன் பூட்டப்பட்ட கனத்த சங்கிலிகள். இவை பயணத்தை நிறுத்துகின்றன. அல்லது புறப்பட்ட இடத்திற்கே கொண்டு போய்ச் சேர்க்கின்றன.

படித்த மாணவர்கள் இந்த நம்பிக்கைகளில் இருந்து விலகி இருக்கிறார்களா? இந்தத் தடைகளைத் தாண்டி இருக்கிறார்களா? ஒருமுறை வாய்மொழியாக மாணவர்களுக்குத் தேர்வு வைத்தேன்.

1. **வெற்றி**

அ. தேடும்போது கிடைக்காது

ஆ. வெற்றியை நிச்சயமாகத் தேடி அடைய முடியும்.

இ. வெற்றிக்கு முயற்சி செய்யலாம்.

முடிவு ஆண்டவன் கையில்

2. **தோல்வி**

அ. ஒரு செயலில் பிழை ஏற்படும்போது உண்டாகிறது.

ஆ. செயலைப் பாதியில் கைவிடும்போது உண்டாகிறது.

இ. சில பேருடைய ராசி.

எது செய்தாலும் தோல்வியில்தான் முடியும்.

3. **வெற்றியின் ரகசியம்**

அ. துட்டும் தோற்றமும்

ஆ. கல்வியும் முயற்சியும்

இ. எல்லாம் விதிப்படி

4. **வெற்றி பெற்றவர்**

அ. பக்கபலமுடையவர்

ஆ. பிரச்சினைகளைச் சமாளித்தவர்

இ. |பிரச்சினைகளே இல்லாத வாழ்க்கை அமையப் பெற்ற அதிர்ஷ்டசாலி

5. தோல்வி அடைந்தவர்

அ. கொஞ்ச காலம் காத்திருக்க வேண்டும்.

ஆ. பாதையை மாற்ற வேண்டும்.

இ. இறைவனிடம் முறையிட வேண்டும்.

பெரும்பாலோர் தேர்ந்தெடுத்த விடைகள் 'ஆ'. காரணம் கேட்டபோது அறிவும் சாதுர்யமும் 'ஆ' வில்தான் இருக்கின்றன என்றார்கள். ஒரு சிலர் 'அ' வைத் தேர்ந்தெடுத்து 'அதுதான் சார் யதார்த்தம்' என்று அடித்துச் சொன்னார்கள். யாரும் 'இ'யின் பக்கம் போகவில்லை.

மாணவர்களிடம் திரும்பக் கேட்டேன். "உங்கள் வீடுகளில் வெற்றி தோல்வி பற்றி இப்படித்தான் நினைத்துக் கொண்டிருக்கிறார்களா? நீங்களும் அப்படித்தான் நினைக்கிறீர்களா? உண்மையைச் சொல்லுங்கள்" என்றேன்.

ஒரு மாணவன் எழுந்தான். "சார் எங்க வீட்ல, எங்க பக்கத்து வீட்ல, எங்க வீதியில் எல்லாம் 'இ' தான். நானும் அப்பப்ப 'இ' தான் உண்மைன்னு நினைக்கிறேன்!"

பெரியவர்கள் போல இளைஞர்கள் மறைப்பதில்லை. ஒருவன் வெளிப்படுத்தியதும் பலரும் 'இ'யைத் தீர்வாகத் தங்கள் வீடு தேர்ந்தெடுத்த அனுபவங்களைச் சொன்னார்கள். ஒரு மாணவி சொன்னாள்: "என்னை எங்க வீட்ல அதிர்ஷ்டக் கட்டைன்னு நெனக்கிறாங்க. நான் எது செஞ்சாலும் தோல்வியிலதான் முடியும்னு அப்பா சொல்றார். எனக்கும் அந்தப் பயம் இருக்கு!"

மற்றொரு மாணவி கேட்டாள்:

"அறிவு 'ஆ' தான் சரின்னு சொல்லுது. ஆனா தோல்வி வரும் போதெல்லாம் மனசு 'இ'யிடம் தான் போய்ச் சேருது. ஏன் சார் இந்த இடைவெளி?"

இடைவெளிகளை ஜெயித்த வீரனாக நினைத்து அவள் என்னைப் பார்த்து இந்தக் கேள்வியைக் கேட்டு விட்டாள். மேடையில் பாயும் தெளிந்த அருவிகளின், உள்மனக் குழப்பங்களைப் பற்றி அவளுக்கென்ன தெரியும்? இந்த இடைவெளிகளில் புதைந்து போன அறிவுஜீவிகளின் எண்ணிக்கை யார் கையில் இருக்கிறது?

தொண்டையைக் கனைத்துப் பதிலும் சொன்னேன்.

"**நம்முடைய அறிவுக்கும் நடைமுறைக்கும், நம்முடைய முடிவுக்கும் செயல்பாட்டுக்கும் இடையே எப்போதும்** ஓர் இடைவெளி இருக்கிறது. சிலரிடம் இந்த இடைவெளி, சின்ன வெடிப்பாக இருக்கிறது. பலரிடம் இடைவெளி, ஒரு பள்ளத்தாக்காக இருக்கிறது. **இந்த இடைவெளிக்குப் பெயர்தான் கலாச்சாரம்.** கலாச்சாரத்திற்கு இரு பக்கங்கள் உண்டு. ஒரு பக்கத்தில் உறவுகள், மற்றொரு பக்கத்தில் தடைகள்! இந்த தடைகளைத் தாண்டத்தான் கல்வி!"

ஒரு மாணவனால் இந்த விவாதப்போக்கில் இணைய முடியவில்லை.

"உங்கள் விடைகளில் 'இ' பூராவும் பழமைவாதத் தடை என்றால் கடவுள் நம்பிக்கையும் அப்படித்தானா? கடவுள் நம்பிக்கை தவறா?" என்றான்.

"இறை நம்பிக்கை உன் இஷ்டம். உன் சொந்த விஷயம். அதைத் தவறு என்று சொல்ல நான் யார்? வெற்றியைத் தீர்மானிக்கும் விஷயமாக இறை நம்பிக்கையை நான் ஏற்க மாட்டேன். அவ்வளவுதான்" என்றேன்.

"இறை நம்பிக்கை எனக்கு ஆறுதல்; அது என் பலம் சார்!"

காகம் நூறு முறை திரும்பத் திரும்ப வந்து தண்ணீர் ஜாடி மீது உட்கார்ந்தாலும் தண்ணீர் கிடைக்காது. செய்வதையே திரும்பத் திரும்பச் செய்வதல்ல விடாமுயற்சி.

"தம்பீ! கடவுள் நம்பிக்கை உனக்கு ஆறுதலாகத் தொடர்ந்து வருவதில் எனக்கு ஆட்சேபம் எதுவுமில்லை. ஆனால் கடவுள் நம்பிக்கைதான் வெற்றியின் ரகசியம் என்று தன்னைத் தானே ஏமாற்றிக் கொள்வதை நான் ஒப்புக் கொள்ள மாட்டேன்."

சமாதானம் ஆகாமல் அவன் உட்கார்ந்தான். இனி, அனுபவம்தான் அவனுக்கு உண்மையை உணர்த்த வேண்டும். யார் பேசியும் பயனில்லை.

பழமைவாதத் தடைகளை ஒரு காலிலும், தவறான புரிதல்களை இன்னொரு காலிலும் கட்டிக் கொண்டு எந்தத் திசையில் எத்தனை வேகமாக நகர்ந்தாலும் முன்னேற்றம் குறைவாகவே இருக்கும்.

தவறான புரிதல் என்பது என்ன? நுட்பமின்றி, எளிமைப்படுத்தி, பொத்தாம் பொதுவாக எதையும் புரிந்து கொள்வதுதான் அது.

'பெண்ணே பெண்ணுக்கு எதிரி' போன்ற கருத்தோட்டங்கள் தவறான புரிதலின் உதாரணங்கள். என் பழைய மாணவன் ஒருவன் ஒரு முறை சொன்னான்: "ஐ.ஏ.எஸ். பரீட்சை ஆறு தடவை எழுதிப் பாத்துட்டேன். கிடைக்கல. நீங்க அந்தக் காலத்தில விடாமுயற்சி, விடாமுயற்சின்னு சொல்வீங்க. அதெல்லாம் ஒரு மண்ணாங்கட்டியும் இல்ல சார். துட்டுதான் எல்லாம்."

ஒரு காரியத்தை, ஒரே மாதிரி திரும்பத் திரும்பச் செய்வதற்குப் பெயரா விடாமுயற்சி? அவனுக்கு நான் காக்கா கதையை நினைவூட்டினேன்.

"தண்ணீர் பாதி இருந்த ஒரு ஜாடி மேல் காகம் உட்கார்ந்து தண்ணீர் குடித்த கதை உனக்குத் தெரிந்ததுதானே! அதன் அலகுக்குத் தண்ணீர் எட்டவில்லை. விடாமுயற்சி என்ற பெயரில் நூறு தடவை அது ஜாடியின் மேல் உட்கார்ந்து பார்த்தாலும் தண்ணீர் எட்டாது. 'சிறு கற்களை எடுத்து ஜாடியுள் போடுவது' என்ற புதிய வழியைக் கண்டுபிடித்து முயன்றபோது தண்ணீர் அதற்கு எட்டியது. விடாமுயற்சி என்பது, திரும்பத் திரும்ப ஒரே மாதிரியாக முயற்சி செய்வது அல்ல. புதிய வழியைக் கண்டுபிடித்து முயற்சியைத் தொடர்வதற்குப் பெயர்தான் விடாமுயற்சி."

பழமைவாத நம்பிக்கைகளும், தவறான புரிதல்களும் உப்புமூட்டைகளாகத் தலையில் கனக்கின்றன. இந்தச் சுமைகளை இறக்கி வைக்காமல் பயணம் எப்படிச் சுகமாக இருக்கும்?

3

சித்திரக்குள்ளர்கள் கதையைத் தொடங்குமுன் மாணவர்களிடம் சொன்னேன். "நான் சொல்லப் போவது ஒரு கற்பனைக் கதை. கதையைச் சொல்லிவிட்டு நான் ஒதுங்கிக் கொள்வேன். நீங்கள்தான் விவாதித்து முடிவு சொல்ல வேண்டும். சொல்லட்டுமா?" என்றேன்.

பல கல்லூரிகளிலிருந்து வந்திருந்த மாணவர்களின் கூட்டம் அது. படு உற்சாகமாக இருந்தார்கள்.

கதையைத் தொடங்கினேன்.

"ஏழு சித்திரக்குள்ளர்கள். அவர்களுக்கு ஒரேதங்கை. அழகானவள். தங்கை மீது அண்ணன்மார்கள் உயிரையே வைத்திருந்தனர்.

அந்த ஊரில் காட்டுக்குள் ஒரு முரடன் வசித்து வந்தான். அவனைப் பெரிய மந்திரவாதி என்று ஊர்மக்கள் நம்பினர். அவனிடம் யாரும் வம்பு தும்புக்குப் போவது கிடையாது.

அவன் ஒரு நாள் ஊருக்குள் வந்து சித்திரக்குள்ளர்களின் தங்கையைத் தூக்கிச் சென்று விட்டான்.

வேலைக்குச் சென்று திரும்பிவந்த அண்ணன்மார்களுக்குத் திகைப்பு. இது மந்திரவாதி வேலை என்று தெரிந்து கொண்டார்கள்.

தங்கையைத் தேடி ஏழு பேரும் ஏழு திட்டத்துடன் புறப்பட்டார்கள். இவர்களில் தங்கையைத் தேடிக் கண்டு பிடிக்கப் போகும் அண்ணன் யார் என்பதை நீங்கள் விவாதித்துச் சொல்ல வேண்டும்.

மூத்தவன். கடவுள் மீது பாரத்தைப் போட்டுக் கோயில் கோயிலாகப் போய் மனமுருகிப் பிரார்த்தித்தான்.

இரண்டாமவன், போன மந்திர வாதி எப்படியும் மீண்டும் வருவான். அந்தநேரம் அவனை வளைத்துப் பிடிக்க வேண்டும் என்று வீட்டிலேயே காத்திருந்தான்.

மூன்றாம் அண்ணன், உறவினர் ஒவ்வொருவராகச் சந்தித்து, நிகழ்ந்ததை விளக்கி, அவர்களின் ஆதரவைத் திரட்டி வந்தான்.

நான்காமவன், காட்டுக்குள் போவது ஆபத்து என்று தெரிந்தும் மந்திரவாதியின் இருப்பிடம் தேடிக் காட்டுக்குள் நுழைந்தான், தேவையான உணவுடன்.

அடுத்தவனும், அவனைப் பின்பற்றி வேறொரு வழியாகக் காட்டுக்குள் நுழைந்தான், தேவையான ஆயுதங்களுடன்.

ஆறாமவன், காட்டுக்குள் போகாமல் வெளியில் இருந்து, மந்திரவாதிக்குத் தெரிந்தவர்கள் மூலம் சமரச ஏற்பாட்டைத் தொடங்கலாம் என்று காத்திருந்தான்.

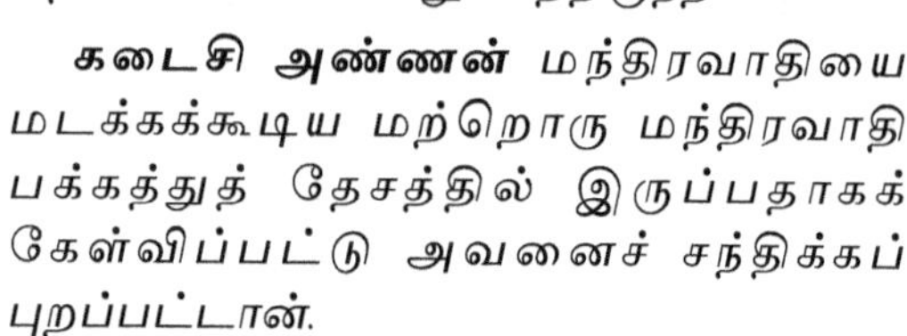

கடைசி அண்ணன் மந்திரவாதியை மடக்கக்கூடிய மற்றொரு மந்திரவாதி பக்கத்துத் தேசத்தில் இருப்பதாகக் கேள்விப்பட்டு அவனைச் சந்திக்கப் புறப்பட்டான்.

இவர்களில் யார் தங்கையைத் தேடிக் கண்டுபிடிப்பார்கள்? ம்! விவாதத்தைத் தொடங்குங்கள்! என்றேன்.

விவாதம் தொடங்கியதுமே ஒரு விசயத்தைக் கண்டுபிடித்தேன். நான் சற்றும் எதிர்பாராதவிதமாக, மாணவர்களுக்குச் சந்தனக்கடத்தல் வீரப்பன் ஞாபகம் வந்து விட்டது. வந்ததும் ஒரு மாணவி எழுந்து விவாதத்தைத் தொடங்கினாள். "ஆறாம் அண்ணன்தான் தங்கையைக் கண்டுபிடித்துக் கொண்டு வருவான். சமரச ஏற்பாடுதான் ஜெயிக்கும். வீரப்பன் பிடித்த ஆட்களை நக்கீரன் கோபாலை வைத்துத்தானே நாம் மீட்டோம்? போலீசை வைத்தா மீட்டோம்?"

கதையைச் சமகாலப் பிரச்சினையோடு இணைத்து விளக்கியதால், கூட்டத்தில் கலகலப்பு. அவள் கருத்தைக் கூட்டம் ஒப்புக் கொண்டது போல் ஒரு கணம் தோன்றியது. ஆனால் பொதுவாக, மாணவிகள் ஒரு கருத்து சொன்னால் மாணவர்களுக்கு எதிர்க்கத் தோன்றும். கூட்டத்தில் இருந்து மருத்துவக் கல்லூரி மாணவன் எழுந்தான்.

"சமரச ஏற்பாடு 'Pain Relief' மாத்திரை மாதிரிதான். வலியைக் குறைக்கும். நோயைக் குணப்படுத்தாது. அழுகின புண்ணுக்கு அறுவைச் சிகிச்சைதான் மருந்து.."

உடனே இன்னொருவன் தொடர்ந்தான்.

"சமரசத் தூது போனதால் வீரப்பன் பிரச்சினை ஓய்ஞ்சு போச்சா? ஒருத்தரைக் காப்பாத்தலாம். ஆனா, இன்னொருவரைப் பலி கொடுக்கணும்!"

இந்த நேரத்தில் நான் குறுக்கிட்டு, "வீரப்பனை விட்டுருங்கப்பா" என்று கேட்டுக் கொண்டேன்.

சமுகவியல் மாணவி, மாணவர்கள் சொன்ன கருத்துக்களை மேலும் செழுமைப்படுத்தினாள்.

"எதிரி வலிமையா இருக்கிறப்ப, சமரசம் பேசி ஒண்ணும் ஆகாது. தோல்விதான் கிடைக்கும். எதிரியின் வலிமையை ஒடுக்கிட்டுத்தான் சமரசம் பேசணும். ராமாயண, மகாபாரதப் போர்கள் ஞாபகம் இல்லையா? சமரசப் பேச்சு என்னாச்சு?"

இன்னொரு மாணவி எழுந்து, "இவனைப் போலத்தான் அடுத்த அண்ணனும். மந்திரவாதியைப் பிடிக்க இன்னொரு மந்திரவாதியைப் பாக்கப் போறானாம். தலையைச் சுத்தி மூக்கைத் தொடுற வேலை. பிரச்சினையைச் சந்திக்கணும். அதுக்குத் தைரியம் வேணும் சார்! நம்ம பிரச்சினையை அடுத்தவன் கிட்ட விட்டா காரியம் நடக்குமா? 'உடையவன் பாராத வேலை ஒரு முழம் கட்டை'ன்னு சும்மாவா சொன்னாங்க?"

இவள் பேச்சுக்குக் கைதட்டல் கிடைத்தது. ஆறாம், ஏழாம் அண்ணன் இருவரையும் அந்தக் கைதட்டல் ஒரே நேரத்தில் ஆட்டத்தில் இருந்து நீக்கியது.

மிருதுவான குரலில் ஒரு மாணவி உருக்கமாகச் சொன்னாள்: "முதல் அண்ணன்தான் தங்கையைக் கண்டுபிடிப்பான். கடவுள் நம்பிக்கை ஒருபோதும் கைவிடாது."

கூட்டத்தில் இருந்து எதிர்ப்புக் குரல் இல்லை. நான் உடன் அழைத்துப் போயிருந்த ஆசிரியர் பொறுக்க முடியாமல் எழுந்தார்.

"செயலே இல்லாத வெறும் நம்பிக்கை பலன் அளிக்குமா? எந்தக் காலத்திலாவது பலன் அளித்திருக்கிறதா?" என்று கேட்டார்.

தமிழ் இலக்கியம் படிக்கும் மாணவன் எழுந்து,

"நம்பிக்கை என்பது
கற்பனை பலம்.
கறி சமைக்க முடியாத
ஏட்டுச் சுரைக்காய்"

என்று ஆசுகவி பாடி அரங்கத்தில் இடம் பிடித்தான்.

எந்தக் குள்ளன் தங்கையைக் கண்டுபிடிக்கிறான் என்ற கேள்விக்கு விடை இப்போதைக்கு எனது முன்னுரிமை அல்ல. இந்தத் தருணத்தில் எந்த மாணவன் விவாதத்தில் தன் இடத்தைக் கண்டு பிடிக்கிறான் என்பதில்தான் என் கவனம்.

கூட்டத்தில் எப்போதும் குறும்புக்காரர்கள் உண்டு. "தங்கச்சிய எந்த மாணவன் கண்டுபிடிப்பான்னு எனக்குத் தெரியல சார்! எவன் கண்டுபிடிக்க மாட்டான்னு தெரியும்" என்றான் ஒரு பொறியியல் கல்லூரி மாணவன்.

"சொல்லுப்பா" என்றேன்.

"இரண்டாவது அண்ணன் கண்டுபிடிக்க மாட்டான் சார்! காட்டில இருக்கிறவளக் காப்பாத்த அவன் வீட்ல உக்காந்து என்ன சார் செய்ய முடியும்? இப்படித்தான் நாட்ல ரொம்பப் பேரு இருக்காங்க" என்றான்.

மாணவிகளை மாணவர்கள் எதிர்க்கும்போது மாணவர்களை மாணவிகள் சும்மா விடுவார்களா? வரலாற்று மாணவி விசுக்கென எழுந்தாள்.

"அப்படிச் சொல்ல முடியாது சார்! அடுத்தவுங்களக் காப்பாத்தணும்ன்னா மொதல்ல நம்மளக் காப்பாத்திக்கணும் சார். வீட்ல இருக்கிறது எதுக்கு? அதுதானே பாதுகாப்பு! நாலாவது

அஞ்சாவது அண்ணன்கள் மாதிரி முட்டாள்தனமா காட்டுக்குள்ள போய் மந்திரவாதி கிட்ட சிக்கணுமா?" என்றாள். அவள் பக்கத்தில் இருந்த மாணவியும் இந்தக் கருத்தை ஆதரித்தாள். "ருசி கண்ட பூனை கட்டாயம் திரும்பி வரும் சார்! பிடிச்சிடலாம்!"

கூட வந்த ஆசிரியருக்கு மறுபடி பொறுக்கவில்லை.

"இருக்கட்டும் சார்! அவுங்களே பேசட்டும். எல்லோருக்காகவும் பேசுறதுக்கு அவுங்க கிட்ட பாயிண்ட்ஸ் இருக்கு பாருங்க. அதுதான் முக்கியம்" என்று அவரை அடக்கி வைத்தேன்.

நான் எதிர்பார்த்தது போலவே பௌதிகம் படிக்கும் மாணவி எழுந்து எதிர்வாதத்தை வைத்தாள்.

"நாமா பிரச்சினையைத் தேடிப் போக வேண்டியதில்லை. ஆனா வந்திருச்சே! இனி சந்திச்சுத்தானே ஆகணும். பிரச்சினை திரும்பி வரட்டும் பாத்துக்கிறேன்னா? இது பொறுமையா? மெத்தனம். கையாலாகாத்தனம் சார்!"

இந்தச் சந்தர்ப்பத்தில் மூன்றாவது அண்ணனுக்காக ஒருவன் பரிந்து பேசினான்.

"உறவினர்களை அழைக்கிறான் பாருங்க... அந்தக் கூட்டுமுயற்சி யார்கிட்டேயும் இல்ல."

மறுப்பும் உடனடியாகக் கிளம்பியது.

"அண்ணந் தம்பிகளே ஒண்ணாச் சேந்து போக முடியல. ஆளுக்கொரு பக்கம் போறாங்க! உறவினர்கள மட்டும் ஒரு திட்டத்தில ஒண்ணு சேத்திட முடியுமா? ஆளுக்கொண்ணு சொல்வாங்க! எல்லாரும் ஒண்ணு சேந்தா நல்லதுதான். ஆனா அதுக்கு எவ்வளவு காலம் ஆகும்? இது உடனடியாத் தலையிட வேண்டிய பிரச்சினை இல்லையா?"

ஆபத்தைச் சந்திக்காமல் சாதனை இல்லை.

நான்காவது ஐந்தாவது அண்ணன்கள் மட்டும் நெடுநேரம் விவாத களத்தில் நின்றார்கள்.

'தைரியம் ஜெயிக்கும்' என்று ஒரு சாராரும். 'இது தைரியம் அல்ல, முரட்டுத் துணிச்சல்' என்று மற்றொரு சாராரும் வாதிட்டனர்.

காட்டுக்குள் போவது ஆபத்து என்று எழுந்த குரல்களை, **"ஆபத்தைச் சந்திக்காமல் சாதனை என்று ஒன்று கிடையவே கிடையாது."** என்ற வலுவான வாதம் அடக்கியது. அவர்கள் இருவரில் யார் தங்கையை மீட்க முடியும் என்ற விவாதமே இறுதியில் மிஞ்சியது. உணவா? ஆயுதமா? எது பிரதானம்? என்ற கேள்விக்கு மருத்துவக் கல்லூரி மாணவனே சரியான பதில் அளித்தான்.

"எப்போதும் கடைப்பிடிக்கக் கூடிய ஒரு நியதி கிடையாது. பரீட்சைக்குப் போகிறவன் நன்றாகப் படித்துவிட்டுப் போக வேண்டும். வேலைக்குப் போகிறவன் நன்றாகச் சாப்பிட்டு விட்டுப் போக வேண்டும். ஆபத்தைச் சந்திக்கப் போகிறவன் ஆயுதங்களோடுதான் போக வேண்டும். காட்டில் கிடைக்காத உணவா? இந்தக் கதையில் எல்லாமே குறியீடாகத்தான் சொல்லப்பட்டிருக்கிறது. 'உணவு' சௌகர்யத்தைக் குறிக்கிறது. 'ஆயுதம்' திட்டத்தைக் குறிக்கிறது. எதிரியை ஒழிக்கத் தேவையானது திட்டமே தவிர, சௌகர்யம் இல்லை." என்றான்.

இப்படியெல்லாம் நுட்பமாகச் சிந்தித்து நான் கதை சொல்லவில்லை. ஏதோ மனத்துக்குத் தோன்றியபடி சொல்லி வைத்தேன். ஆனால் இவர்களோ கத்திரிக்காய் கொடுத்தாலும் பிரமாதமாகப் பிரியாணி செய்து விடுகிறார்கள்! பேஷ்!

ஐந்தாம் அண்ணன் மேல் நம்பிக்கை வைத்து விவாதம் முடிந்தது. எல்லாம் சிறப்பாக முடிந்து விட்டது என்று நினைத்துக் கொண்டிருந்தபோது ஒருவன் கை தூக்கினான்.

"அட என்னப்பா?"

"கதையில் ஒரு ஓட்டை சார்!"

"சொல்லு!"

"காட்டுக்குள்ள ஆபத்தை சந்திக்கப் போற ரெண்டு பேரையும் தனித்தனியா அனுப்பாம ஒண்ணாச் சேத்து அனுப்பி இருக்கணும் சார்! பிரிச்சது அநியாயம்!"

சாப்பாட்டில் பாயசம்போல் அமைந்துவிட்டது அவன் பேச்சு.

"குள்ளர்கள் தங்கையைக் கண்டுபிடிக்கிறாங்களோ என்னவோ நீ உனக்குரிய இடத்தைக் கட்டாயம் கண்டுபிடிச்சுடுவே! புத்திசாலி" என்று அவனைத் தட்டிக் கொடுத்தேன்.

4

அறிவுரைகள் ஒருபோதும் பிடிப்பதில்லை; கதைகள் எப்போதும் பிடிக்கின்றன.

கதைகளின் வழி விவாதங்கள் சிரமமின்றி நடக்கின்றன. விவாதங்கள் வழி கிடைக்கும் உண்மைகள் தடங்கலின்றி மனத்துக்குள் நுழைகின்றன.

சித்திரக் குள்ளர்கள் கதைக்குப் பிறகு "ஐவர் போன பாதை" கதையிலும் மாணவர்கள் ஈடுபாட்டுடன் பங்கேற்றார்கள்.

ஐந்து இளைஞர்கள். ஐவரும் நண்பர்கள். படித்தவர்கள். கிராமத்தில் இருந்து தங்களுக்குரிய இடத்தைத் தேடி அவர்கள் புறப்பட்டார்கள். நெடுந்தொலைவு செல்ல வேண்டும் என்று தெரிந்திருந்ததால் நீண்டநாளுக்கான உணவு ஏற்பாட்டுடன் புறப்பட்டார்கள்.

நடந்து நெடுந்தொலைவு வந்து விட்டார்கள். உணவு ஏற்பாடு தீரக்கூடிய நிலை. களைப்பும் வந்துவிட்டது.

அப்போது ஒரு பெரியவர் எதிர்ப்பட்டார். அவர்கள் குடிப்பதற்கும் உண்பதற்கும் முடிந்ததைக் கொடுத்தார். அவர்கள் தங்கள் லட்சியத்தை விவரித்தார்கள். அவர் எதுவும் பேசவில்லை. ஓர் ஏட்டுச் சுவடியை அவர்களிடம் காட்டினார். அதில் பின்வருமாறு எழுதியிருந்தது.

"பின்வாங்கு! பலம் பெறுவாய்!"

இந்த வாசகம் ஐவரில் ஒருவன் மனத்தில் ஆழமாய்ப் பதிந்தது. 'இத்தனை களைப்படைந்தபின் மீண்டும் முயற்சியைத் தொடர்வது வீண்தான். பின் வாங்கலாம். பலத்தை இன்னும் அதிகரித்து முயற்சியைத் தொடரலாம்" என்று முடிவு செய்தான். நண்பர்களிடம் தன் கருத்தைத் தெரிவித்தான். "இளைப்பாறிப் பயணத்தைத் தொடரலாம். பின் வாங்கினால், இப்போதைய பலத்தைப் பின்னால் திரட்டுவதே சிரமமாகி விடும்" என்று நண்பர்கள் எச்சரித்தனர். அவன் ஏற்கவில்லை. "பெரியவர்கள் சும்மாவா சொல்வார்கள்? விடைபெறுகிறேன்! கிராமத்துக்குத் திரும்புகிறேன்!"

இப்போது நால்வர் மட்டுமே பயணத்தில். மீண்டும் நடந்தார்கள். இடம் எங்கே? தெரியவில்லை. களைப்பு அதிகரித்தது.

வழியில் சத்திரம். கொஞ்சநேரம் தங்கலாம் என்று உள்ளே சென்றார்கள். சத்திரத்தின் சுவர் ஒன்றில் யாரோ ஒருவர் கரியால் எழுதிப் போட்டிருந்த வாசகம் அவர்கள் கவனத்தில் பட்டது.

காத்திரு! வழி காண்பாய்!

நால்வரில் ஒருவன் திரும்பத் திரும்ப அதையே படித்தான். "காத்திருப்பவன் கண்டடையாமல் போவானா? வழி காட்ட யாராவது வருவார்கள். நம்பிக்கை இல்லாமல் வாழ்க்கை இல்லை. இனி நடப்பது வீண்" என்ற முடிவுக்கு வந்தான். "**களைத்துப் போன நேரங்களில் முடிவெடுக்க வேண்டாம். புத்திசாலித்தனத்தைச் சோர்வு விஞ்சி நிற்கும்!**" என்று மற்றவர்கள் கேட்டுக் கொண்டனர். பயனில்லை. பயணத்தில் இருந்து விலகிக் கொண்டான்.

இப்போது பயணத்தைத் தொடர்வது மூவர் மட்டுமே. திடீரென ஓர் இடத்தில் மூன்று பாதைகள் பிரிந்தன. 'இடம்' நோக்கி அழைத்துச் செல்லும் பாதைகள். மூன்றின் முன்னாலும் அறிவிப்புப் பலகைகள் இருந்தன. ஒரு பாதையின் முன் இருந்த பலகை இது.

பழகிய பாதை; இடநெருக்கடி இருக்கலாம்

கூட்டம் அலைமோதும் பாதை என்பது பொருள். இடநெருக்கடி இருப்பது மட்டுமல்ல. மிதி படவும் நேரும்.

கூட்டம்தான் சிலரைப் பொறுத்த வரை புகழின் அடையாளம். தரத்தின் அடையாளம். 'யப்பா! எவ்வளவு

கூட்டம். பிரமாதமா இருந்துச்சு!' என்று பூரித்துப் போவார்கள்.

'கூட்டமோகம்' யாரை விட்டது? மூவரில் ஒருவன் மயங்கி விட்டான். இவன் கூட்டமான கிளினிக் தேடி சிகிச்சைக்குப் போகிறவன். கூட்டம் இருந்தால் டாக்டர் கைராசிக்காரராக இருக்கக்கூடும் என்பது இவன் நம்பிக்கை. பழகிய பாதையை இவன் தேர்ந்தெடுத்தான். ''பழகிய பாதை பாதுகாப்பான பாதை! இடநெருக்கடி இருக்குமாமே! காற்று புக இடமில்லாத பஸ்ஸில், ஃபுட்போர்டில் ஒற்றைக் காலில் தொத்தி ஓடக்கூடியவன் நான். சமாளிப்பேன்!'' என்று நினைத்தான். முடிவெடுத்தான். பழகிய பாதையில் இடத்தைத் தேடிப் புறப்பட்டான்.

மிச்சம் இருவர். குறுகலான ஒற்றையடிப் பாதையில் ஓர் அறிவிப்புப் பலகை இருந்தது. இருவரும் போய்ப் பார்த்தனர். பாதை கொஞ்சதூரம் சென்றது. பிறகு ஒரு வளைவு. நிறைய வளைவுகள்.

குறுக்குவழி; கள்ளர் பயம் உண்டு. என்றது அறிவிப்புப் பலகை.

'இடம் சீக்கிரத்தில் கிடைக்கலாம். ஆனால் கைப்பொருள் பறிபோகும் வாய்ப்பும் உண்டு' என்பது அர்த்தம்.

இருவரில் ஒருவன் கண்கள் பலகையில் மொய்த்தன. பையில் பொருள். இன்னும் கொஞ்சம் மிச்சம் இருக்கிறது. 'சிட்பண்டில் சேமிப்பு' 'துபாயில் வேலை' போன்ற பாதைகளில் பயணம் செய்ய ஆசைப்பட்டவன்தான் இவன்.

'ஹூம்! பெறுகிறவர்களும் இருக்கிறார்கள். இழக்கிறவர்களும் இருக்கிறார்கள். நான் பெறுவேன்' என்று நினைத்தான். குறுக்கு வழி நடந்தான். மிச்சம் ஒருவன். சற்றுத் தள்ளிப் பார்த்தான்.

பலகை இருந்தது. பாதை தெளிவாக இல்லை.

இருளும் ஒளியும் இணைந்த பாதை;

எவரும் செல்லாத பாதை

முன்னுக்கு நகர்த்தக்கூடிய ஆற்றல், துணிச்சலுக்கு இருப்பதைப் போலப் புத்திசாலித் தனத்துக்குக் கூடக் கிடையாது. இது எவரும் செல்லாத பாதை! கொஞ்ச தூரத்துக்குச் சிரமம் அதிகம் இருக்கும். இடநெருக்கடி இருக்காது. கைப்பொருள் போகாது. ஆனால் சவால் இருக்கும்.

'இதெல்லாந் தேவையா? நிம்மதியா இருக்கப் பாக்கணும்ப்பா' 'ஒரு இடத்தில் அக்கடான்னு ஒக்கார வேணாமா?' 'கையில இருக்கிற களாக்காயே போதும்' - என்று போதிக்கிற சமூகம் சுற்றி இருக்கிறது. எவ்வளவு தூரம் இந்தப் பாதையில் போக முடியும்?

ஒளியும் உள்ள பாதை என்றுதான் பலகை சொல்கிறது. ஆனால் ஒளி தெரிகிற வரை ஒற்றை ஆளாகத்தான் பயணம் செய்தாக

வேண்டும். என்ன செய்ய? யோசித்தான். **யாரும் கூட வராதபோது, அசட்டுத் துணிச்சல் கூட வருகிறது.** புதர்கள் விலக்கிப் பாதையில் நுழைந்தான்.

இந்த ஐந்து பேரில் யார் தேர்ந்தெடுத்த பாதை சரியான பாதை?"

இந்த விவாதத்தை முன் வைத்து விட்டு, மாணவர்களிடம் நான் விடைகளைக் கேட்கவில்லை. இந்தக் கதை உங்களுக்குள் எழுப்பும் கேள்விகள் என்ன என்று கேட்டேன். மாணவர்கள் நிறையக் கேள்வி எழுப்பினார்கள்.

"இப்படித்தான் பாதைகள் இருக்குமா? தெளிவான பாதை என்று ஒன்று கூட இல்லையா?"

"சொன்ன பாதைகளை விடச் சொல்லாத பாதைகளே அதிகம் தெரிகின்றன. பாதைகள் எல்லாம் தனித் தனியாகத்தான் இருக்க வேண்டுமா? கூட்டு முயற்சியோடு நண்பர்கள் கண்டுபிடிக்கக் கூடிய 'இடங்களே' இல்லையா?"

"புதிய பாதை என்பது கொஞ்ச நாளைக்குத்தான். மீண்டும் அது பழைய பாதை ஆகுமல்லவா?"

"இந்தப் பயணத்தைப் பெண்கள் மேற்கொள்வது போலக் காட்டியிருந்தால் இன்னும் புத்திசாலித்தனமான முடிவுகள் தோன்றியிருக்குமே! சமூகம் முன் வைக்கும் முட்டுக்கட்டை களையும் தெரிந்து கொண்டிருக்கலாமே!"

"யாராவது ஒருவர் கைப்பிடித்து அழைத்துச் செல்லும் ஆதரவுப் பாதைகளையும் அமைத்திருக்கலாம். ஆதரவுப் பாதைகளில் போகத் தானே நிறையப் பேருக்கு ஆசை?"

"பாதைகளைத் தேர்ந்தெடுப்பவர்களைப் பற்றித்தானே இந்தக் கதை! பாதைகளை உருவாக்குபவர்களும் இருக்கிறார்களே!"

விடைகளை விடக் கேள்விகள் சுவாரஸ்யமானவை!

விடைகளை விடக் கேள்விகள் கற்பனை மிகுந்தவை!

விடைகளை விடக் கேள்விகள் நம்பகமானவை!

விடையுள்ள விவாதங்கள் சில நேரங்களில் சிறைச்சாலைகளைப் போல அடைத்து வைக்கின்றன.

விடை தேடும் விவாதங்கள் காற்றோட்டமுள்ள மைதானங்களைப் போல! ஓடி விளையாட ஏராளமாய் இடமுண்டு.

அடங்காமல் புறப்படும் கேள்விகளோடு, விவாதங்கள் விடைகளைத் தேடட்டும்.

உயிரோட்டமுள்ள வகுப்பறைகள் விவாதங்களைத் தேடட்டும்.

www.ingramcontent.com/pod-product-compliance
Lightning Source LLC
LaVergne TN
LVHW022053190726
843495LV00014B/1755